KB060579

V

영화로 배우는
베트남어

Ⓢ 시원스쿨닷컴

Contents

#01 그 구슬 덕분인 게 맞나요?   9
핵심 문형 tự ~ lấy / chẳng lẽ ~ / hôm nào ~ nha / có phải ~ không?

#02 기는 법을 배우기 전에 뛰는 법을 배우면 어떡해.   15
핵심 문형 đừng có ~ nữa mà / ~ đã chưa? / ráng mà ~ / không muốn ~ đâu

#03 공부는 실습과 병행해야지.   21
핵심 문형 phải đi đôi với / ~ đi rồi tính / có thấy ~ đâu không? / ~ ngay

#04 나는 더 이상 아오자이를 배우지 않을래.   27
핵심 문형 không lo ~ mà / bắt / không ~ nữa / miếng

#05 엄마. 엄마한테 증명할거야.   33
핵심 문형 Tại sao ~ lại ~ như vậy? / lấy cho / chả ai muốn ~ cả / mỗi ~ mỗi

#06 어? 어떻게 된 일이야?   39
핵심 문형 tưởng ~ / mới ~ / hổng lẽ ~ / ~ gì kì vậy?.

#07 네 엄마는 누군데?   45
핵심 문형 không bao giờ ~ / rõ ràng là ~ nhưng thực ra chỉ là / đâu phải ~ /
chỉ có ~ có thể

#08 먼저 진정하세요.   51
핵심 문형 ~ như thế nào cũng được / thì có vẻ ~ / ~ hay không tùy / ~ đã

#09 깜짝이야. 꼭 봉황 자수여야 되는거네.   57
핵심 문형 không ai ~ đâu / xin giới thiệu, đây là ~ / ~ mới chịu / còn ~ nữa

#10 이것도 물어?   63
핵심 문형 ~ mà cũng ~ / giùm ~ luôn đi / ~ thay / không biết ~ muốn gì ~ đây ta

#11 얘들아! 매칭해!   69
핵심 문형 làm cho / chứ không phải / cũng đã từng nghe đến ~ rồi chứ gì? / thử

#12 휴대 전화도 안 들어가.   75
핵심 문형 còn không ~ / cho / ~ rồi, chứ đâu còn ~ nữa / hay là ~

#13 내가 집을 지켜줄게.   81
핵심 문형 giữ lại ~ cho / nói về / cực kỳ / thí dụ như

#14 뛰는 놈 위에 나는 놈 있다.   87
핵심 문형 sao rồi? / ~ chưa? / ~ thì ~ / sao giờ này còn ~ / ~ ra, ~ ra, ~ ra

#15 돈 열심히 벌어.   93
핵심 문형 ~ gì mà ~ / không phải là ~ mà là / hèn gì ~ / đâu có ~ đâu

#16 입을 수 있는 사람이 없으니까. 99
핵심 문형 dĩ nhiên là ~ / còn ~ nữa là / không ai ~ hết / có ai ~ đâu mà

#17 친애하는 여러분. 105
핵심 문형 đâu nhất thiết ~ phải / ~ nè, ~ nè, ~ nè / miễn sao ~ là được rồi /
kính thưa ~

#18 다른 방법이 없으니까요. 111
핵심 문형 không còn ~ nào / tất cả mọi người đếu ~ / chính là / chừng nào ~

#19 왜 그 아줌마랑 그렇게 똑같이 생겼어? 117
핵심 문형 hết ~ rồi / tối ngày toàn ~ / lấy đâu ra ~ / y chang

#20 근데 진짜 인정해야 해. 123
핵심 문형 vừa ~ xong / công nhận / từ xưa tới giờ / có khi nào ~ không?

#21 Tuấn(뚜엉)은 Như Ý(니으 이)가 할 수 있을 거라고 믿어. 129
핵심 문형 cố gắng ~ nha / ~ sao? / mỗi khi ~ / lỡ ~

#22 지금 만들어 봐. 135
핵심 문형 thế nào cũng ~ / trước khi ~ kịp / thì ~ cũng / nhờ ~ giùm

#23 그건 내 잘못이 아니잖아. 141
핵심 문형 còn chỗ nào để ~ không? / có cái ~ cũng không ~ được / dám ~ /
không thể nào ~

#24 자기 자신도 거부했고. 147
핵심 문형 hổng cần ai ~ hết / chưa bao giờ có ý định ~ / ngay cả ~ cũng không
~ được / dẫn

#25 하지만 엄마의 가업은 지켜야 해. 153
핵심 문형 mới chịu ~ / ~ hay không / đợi ngày ~ / chỉ cần ~

#26 하지만, 이건 할 수 있어. 159
핵심 문형 mong rằng một ngày nào đó ~ / còn ~ nữa sao? / không còn gì để ~
nữa / ~ thì được

#27 기대할 만하네요. 165
핵심 문형 nào cũng ~ / xong ~ nào phải ~ / ngay ~ đó / muốn ~ thì ~ phải /
đáng để ~

#28 누나가 그것을 빼앗을 권한은 없어. 171
핵심 문형 đổi ~ thành / không có quyền ~ / nghĩ ~ sao? / khi nào ~

#29 바로 헬렌입니다. 177
핵심 문형 cảm thấy ~ / khi ~ thì / dành ~ đến cho / chắc chắn ~

#30 엄마, 정말 죄송해요. 183
핵심 문형 cảm ơn vì ~ / có lẽ ~ / ~ lên / đối với ~

부록 영화 스크립트 189

이 책의 구성과 특징

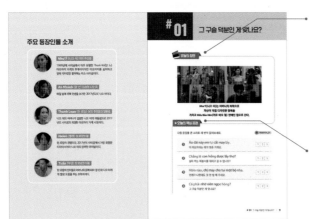

오늘의 장면

영화 속 장면과 간단한 상황 설명으로
영화 줄거리를 간단히 살펴봅니다.

오늘의 핵심 표현

본 학습에 들어가기 전 주요한 핵심
표현을 반복해서 들어보고, 소리
내어 읽어 보면서 미리 익힙니다.

영화 속 바로 이 장면

핵심 표현이 등장하는 장면을 전체
적으로 학습하여 어떤 상황에서
해당 표현을 활용할 수 있는지 익힐
수 있습니다.

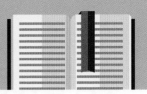

영화 속 핵심 문형

핵심 표현에 대한 깔끔한 개념 설명
과 이를 활용한 실용적인 예문들로
심화 학습이 가능합니다.

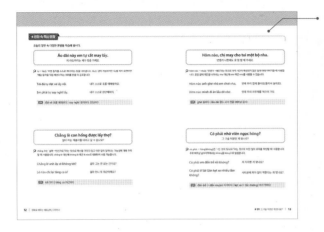

확인 테스트

매 과의 마지막 부분에서 연습 문제
를 통해 앞에서 배운 내용을 스스로
점검할 수 있습니다.

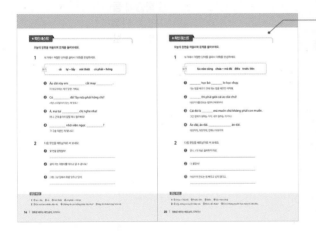

특별 무료 부록

❶ 원어민 MP3 음원

원어민의 정확한 발음과 실제 대화 속도로 녹음된 음원을 들으며 여러 번 따라 읽고
연습해 보세요!

❷ 영화 전체 스크립트

영화 전체 대본과 한국어 번역으로 영상을 보지 않아도 베트남에서 쓰는 생생한 표현
을 학습해 보세요!

무료 MP3 음원은 홈페이지 접속(vietnam.siwonschool.com) 〉학습지원센터 〉공부자료실에서 다운받으실 수 있습니다.

주요 등장인물 소개

Như Ý (니으 이) 여자 주인공

1969년에 사이공에서 아주 유명한 Thanh Nữ(탄 느)
아오자이 가게의 후계자이지만 아오자이를 싫어하고
양복 디자인만 좋아하는 미스 사이공이다.

An Khánh (앙 칸) 미래의 니으 이

매일 술에 취해 인생을 포기한 2017년도의 니으 이이다.

Thanh Loan (탄 로앙) 여자 주인공의 양동생

니으 이의 어머니가 입양한 니으 이의 여동생으로 2017
년도 사이공의 유명한 아오자이 가게 사장이다.

Helen (헬렌) 탄 로앙의 딸

탄 로앙의 친딸이다. 2017년의 사이공에서 가장 유명한
디자이너이자 니으 이의 강력한 라이벌이다.

Tuấn (뚜엉) 탄 로앙의 아들

탄 로앙의 친아들로 어머니의 뜻에 따라 앙 칸과 니으 이에
게 많은 도움을 주는 조력자이다.

#01

그 구슬 덕분인 게 맞나요?

Như Ý(니으 이)는 어머니의 허락으로
자신이 직접 디자인한 양복을
가지고 Kiều Bảo Hân(끼우 바오 형) 연예인 집으로 간다.

★ 오늘의 핵심 표현

다음 문장을 큰 소리로 세 번씩 읽어보세요.

▶ TRACK 01_01

① Áo dài này em tự cắt may lấy.
이 아오자이는 제가 맞춘 거예요.

1 2 3

② Chẳng lẽ con hổng được lấy thợ?
설마 저는 재봉사를 데리고 갈 수 없나요?

1 2 3

③ Hôm nào, chị may cho tui một bộ nha.
언젠가 나한테도 옷 한 벌 해 주세요.

1 2 3

④ Có phải nhờ viên ngọc hông?
그 구슬 덕분인 게 맞나요?

1 2 3

오늘의 장면 속 핵심 문장을 학습해 봅시다.

 # 핵심 장면 ❶

▶ TRACK 01_02

니으 이 Thanh Loan, Huệ! Theo chị.
Thanh Loan(탄 로앙), Huệ(후에)! 나를 따라와.

Ố là la, em lấy cái màn cửa đắp lên người hả?
울랄라, 너 커튼으로 몸을 휘감고 있는 거니?

탄 로앙 Áo dài này em tự cắt may lấy.
이 아오자이는 제가 맞춘 거예요.

단어 theo 따르다 | lấy 가지다 | màn cửa 커튼 | đắp 덮다 | cắt may 옷을 자르고 맞추다

 # 핵심 장면 ❷

▶ TRACK 01_03

니으 이의 엄마 Đã nói bao nhiêu lần rồi!
몇 번을 말했잖아!

Không được tuỳ tiện lấy thợ của xưởng.
가게의 재봉사들을 함부로 데려가면 안 된다고.

니으 이 Má ~ Xưởng này cũng là xưởng của con mà.
엄마~ 이 가게는 제 것이기도 하잖아요.

Chẳng lẽ con hổng được lấy thợ?
설마 저는 재봉사를 데리고 갈 수 없나요?

단어 tùy tiện 함부로 | thợ 장인 | xưởng 공장 |
hổng được (= không được) ~하면 안 되다 (베트남 남부지역 발음)

핵심 장면 ❸

 TRACK 01_04

쌀의 여왕 Tui nghe nói, dạo này Thanh Nữ nhiều mốt lắm.
듣기로는 요즘 Thanh Nữ(탄 느)에 다양한 스타일이 있다던데.

Có cả đồ Tây nữa phải hông chị?
서양 스타일까지 있는 게 맞죠?

Hôm nào, chị may cho tui một bộ nha.
언젠가 나한테도 옷 한 벌 해 주세요.

단어 nghe nói 듣기로는 | mốt 패션, 스타일 | cả + 명사 ~까지 | đồ tây 양복 |
phải hông (= phải không) ~인 것이 맞죠? | may 맞추다 | bộ 벌, 세트

핵심 장면 ❹

TRACK 01_05

쌀의 여왕 À, mà tui nói thiệt chị nghe nha!
아니, 근데 솔직히 말할 테니 들어봐요!

Hiếm có cái nhà may nào mà mấy đời truyền lại
mà vẫn nức tiếng.
몇 세대나 지났지만 여전히 인기가 많은 아오자이 가게는 아주 드물잖아요.

Tui... tui hỏi nhỏ chị nha.
Có phải nhờ viên ngọc hông?
저... 조심스럽게 물어보는 건데. 그 구슬 덕분인 게 맞나요?

단어 nói thiệt (= nói thật) 솔직하게 말하다 | hiếm có A nào (mà) B 정말 B한 A는 드물다 |
truyền lại 전해오다 | nức tiếng 명성을 떨치다 | viên ngọc 구슬

오늘의 장면 속 다양한 문형을 학습해 봅시다.

Áo dài này em tự cắt may lấy.
이 아오자이는 제가 맞춘 거예요.

🔍 tự ~ lấy는 '어떤 동작을 스스로 하다'라는 뜻을 나타냅니다. lấy는 생략 가능하지만 lấy를 써서 표현하면 '해당 동작을 직접 해낸다'라는 의미를 한층 더 강조합니다.

Tôi đã tự đặt vé lấy rồi.	내가 스스로 표를 예매했어요.
Em phải tự suy nghĩ lấy.	네가 스스로 판단해야지.

단어 đặt vé 표를 예매하다 | suy nghĩ 생각하다, 판단하다

Chẳng lẽ con hổng được lấy thợ?
설마 저는 재봉사를 데리고 갈 수 없나요?

🔍 chẳng lẽ는 '설마 ~인건가요?'라는 뜻으로 확신을 가지지 않고 어떤 일이 일어나는 가능성에 대해 추측할 때 사용합니다. chẳng lẽ 대신에 không lẽ 혹은 lẽ nào로 대체하여 사용 가능합니다.

Chẳng lẽ anh ấy sẽ không tới?	설마 그는 안 오는 건가요?
Lẽ nào chị lại tăng ca à?	설마 언니 또 야근이에요?

단어 tới 오다 | tăng ca 야근하다

Hôm nào, chị may cho tui một bộ nha.

언젠가 나한테도 옷 한 벌 해 주세요.

🔍 hôm nào ~ nha는 '언젠가 ~해요'라는 뜻으로 아직 시간이 확정되지 않은 일에 대해 이야기할 때 사용합니다. 문장 끝에 제안을 나타내는 nha 대신에 nhé 혹은 nhá를 사용할 수 있습니다.

Hôm nào **anh ghé nhà em chơi** nha. 언제 우리 집에 들러요(들러서 놀아요).

Hôm nào **mình đi ăn lẩu dê** nhé. 언제 우리 러우제를 먹으러 가요.

> **단어** ghé 들르다 | lẩu dê 염소 고기 전골 (베트남 음식)

Có phải nhờ viên ngọc hông?

그 구슬 덕분인 게 맞나요?

🔍 có phải ~ hông(không)은 '~인 것이 맞나요?'라는 뜻으로 어떤 일의 유무를 확인할 때 사용합니다. 주로 베트남 남부지역에서는 không을 hông으로 발음합니다.

Có phải **em đến trễ rồi** không? 저 지각한 게 맞나요?

Có phải **ở Sài Gòn kẹt xe nhiều lắm** không? 사이공에 차가 많이 막힌다는 게 맞나요?

> **단어** đến trễ (= đến muộn) 지각하다 | kẹt xe (= tắc đường) 차가 막히다

오늘의 장면을 떠올리며 문제를 풀어보세요.

1 보기에서 적절한 단어를 골라서 대화를 완성하세요.

> 보기　　cả　tự ~ lấy　nói thiệt　có phải ~ hông

❶ Áo dài này em _____ cắt may _____.
이 아오자이는 제가 맞춘 거예요.

❷ Có _____ đồ Tây nữa phải hông chị?
서양 스타일까지 있는 게 맞죠?

❸ À, mà tui _____ chị nghe nha!
아니, 근데 솔직히 말할 테니 들어봐요!

❹ _____ nhờ viên ngọc _____ ?
그 구슬 덕분인 게 맞나요?

2 다음 문장을 베트남어로 써 보세요.

❶ 몇 번을 말했잖아!

_____

❷ 설마 저는 재봉사를 데리고 갈 수 없나요?

_____

❸ 그럼 그냥 집에서 옷을 맞추고 있어.

_____

#02 기는 법을 배우기 전에 뛰는 법을 배우면 어떡해.

🎬 오늘의 장면

Như Ý(니으 이)의 디자인이 선택받지 못해 그녀가 화나있다.
이때, 어머니가 아오자이에 대해 이야기하는데
어머니의 말을 듣지 않고 어머니와 싸우기 시작한다.

★ 오늘의 핵심 표현

다음 문장을 큰 소리로 세 번씩 읽어보세요.

▶ TRACK 02_01

❶ **Chị, chị** đừng **có buồn** nữa mà.
언니, (더 이상) 슬퍼하지 마요.

`1` `2` `3`

❷ **Khóc** đã chưa?
다 울었어?

`1` `2` `3`

❸ **Ráng** mà **lo học cho được cái áo dài** đi...
아오자이를 만드는 법이나 열심히 배우고 나서...

`1` `2` `3`

❹ **Con** không muốn **học may áo dài** đâu.
아오자이 만드는 법 배우고 싶지 않다고.

`1` `2` `3`

오늘의 장면 속 핵심 문장을 학습해 봅시다.

 # 핵심 장면 ❶　　　　　　　　　　　　　　　　 TRACK 02_02

니으 이	Áo dài, áo dài.
	아오자이, 아오자이.
	Lúc nào cũng áo dài.
	언제나 아오자이.
탄 로앙	Chị, chị đừng có buồn nữa mà.
	언니, (더 이상) 슬퍼하지 마요.

단어　lúc nào cũng A 언제나 A하다 | buồn 슬픈

 # 핵심 장면 ❷　　　　　　　　　　　　　　　　 TRACK 02_03

니으 이의 엄마	Khóc đã chưa?
	다 울었어?
	Vẫn chưa biết mình sai ở đâu à?
	뭐가 잘못인지 아직 모르겠어?
	Chưa học bò mà đã lo học chạy.
	기는 법을 배우기 전에 뛰는 법을 배우면 어떡해.
	Con gái nhà may Thanh Nữ, trước tiên thì phải giỏi cái áo dài chứ!
	Thanh Nữ(탄 느) 아오자이 가게의 딸로서 아오자이를 만드는 법부터 배워야지!

단어　khóc 울다 | vẫn 여전히, 아직도 | sai 틀린, 잘못된 | bò 기다 | chưa A mà đã B 아직 A도 하지 않았는데 벌써 B를 하다 | lo 신경쓰다 | chạy 달리다 | trước tiên 일단

TRACK 02_04

니으 이
Cái đó là điều má muốn chứ không phải con muốn.
그건 엄마가 원하는 거지, 내가 원하는 게 아냐.

**니으 이의
엄마**
Má nói là để con biết điểm yếu của mình ở đâu mà
khắc phục.
네 자신의 약점이 뭔지 깨닫고 그것을 극복할 수 있게 해주려고 말해주는 거야.

Ráng mà lo học cho được cái áo dài đi...
아오자이를 만드는 법이나 열심히 배우고 나서...

rồi muốn tailor Âu phục gì đó, thì tuỳ.
양복이든 뭐든 만들고 싶으면 마음대로 해.

단어 điều 일 | điểm yếu 약점 | khắc phục 극복하다 | Âu phục 양복 | tuỳ 마음대로

TRACK 02_05

니으 이
Con đã nói với má trăm lần rồi.
내가 엄마한테 백 번이나 말했잖아.

Con không muốn học may áo dài đâu.
아오자이 만드는 법 배우고 싶지 않다고.

Con không muốn học mà.
배우고 싶지 않아.

단어 trăm lần 백 번

오늘의 장면 속 다양한 문형을 학습해 봅시다.

Chị, chị đừng có buồn nữa mà.
언니, (더 이상) 슬퍼하지 마요.

🔍 'đừng có ~'는 '~하지 마요'라는 의미로 상대방에게 권유할 때 사용합니다. nữa를 동사 뒤에 붙여서 '더 이상 ~하지 마요'의 의미가 됩니다. mà는 문장 끝에서 말하는 내용을 강조하는 역할이기 때문에 생략 가능합니다.

Đừng có học nữa mà, mình đi chơi đi.　　공부 그만해, 우리 놀러가자.

Em đừng có lo nữa, sẽ ổn thôi.　　　더 이상 걱정하지 마, 잘 될거야.

단어 lo 걱정하다 | ổn 안정적인

Khóc đã chưa?
다 울었어?

🔍 여기에서 đã는 'đã đời = đã'의 줄임말로 '실컷 ~하다'라는 뜻입니다. '동사 + đã rồi' 하면 '실컷 ~했다'라는 뜻이 되고 '동사 + đã chưa?'하면 '실컷 ~했어요?'의 의미가 됩니다.

Xem cái phim đó đã chưa?　　　그 영화 실컷 봤어?

Ngắm đã chưa?　　　　　　　실컷 다 봤어요?
Giờ mình sang chỗ kia nhé.　　이제 우리 저기로 가요.

단어 ngắm (아름다움을) 보다 | giờ 지금 | sang 가다, 오다

Ráng mà lo học cho được cái áo dài đi.
아오자이를 만드는 법이나 열심히 배워.

🔍 ráng mà는 '힘들어도 참고 어떤 일을 열심히 하다'라는 의미가 있습니다. 문장 끝에 명령을 나타내는 đi, 혹은 제안을 표현하는 nhé를 추가해서 사용할 수 있습니다.

Ráng mà kiếm tiền đi.　　　　　　　(힘내서) 돈이나 열심히 벌어.

Tự mình muốn làm thì ráng mà chịu　　자신이 하고 싶은 거니까 끝까지 참고
đến cuối.　　　　　　　　　　　　　견뎌요.

> 단어 ┃ kiếm tiền 돈을 벌다 | mình 자신 | cuối 끝의, 마지막의

Con không muốn học may áo dài đâu.
아오자이 만드는 법 배우고 싶지 않다고.

🔍 không ~ đâu는 '전혀 ~하지 않다'라는 의미로 강한 부정을 나타낼 때 사용하는 표현입니다. '~하고 싶다'를 의미하는 muốn과 결합해서 '전혀 ~하고 싶지 않다'라는 의미가 됩니다.

Em không muốn đi học xa nhà đâu.　　나는 공부하러 집에서 멀리 가고 싶지
　　　　　　　　　　　　　　　　　 않아요.

Chị không muốn gửi trễ thế này đâu.　나는 전혀 이렇게 늦게 보내고 싶지 않았
　　　　　　　　　　　　　　　　　 어요.

> 단어 ┃ A xa nhà 집에서 멀리 떠나서 ~하다 | trễ (= muộn) 늦은

오늘의 장면을 떠올리며 문제를 풀어보세요.

1 보기에서 적절한 단어를 골라서 대화를 완성하세요.

> 보기   **lúc nào cũng   chưa ~ mà đã   điều   trước tiên**

❶ _____ học bò _____ lo học chạy.

기는 법을 배우기 전에 뛰는 법을 배우면 어떡해.

❷ _____ thì phải giỏi cái áo dài chứ!

아오자이를 만드는 법부터 배워야지!

❸ Cái đó là _____ má muốn chứ không phải con muốn.

그건 엄마가 원하는 거지, 내가 원하는 게 아냐.

❹ Áo dài, áo dài. _____ áo dài.

아오자이, 아오자이. 언제나 아오자이

2 다음 문장을 베트남어로 써 보세요.

❶ 언니, (더 이상) 슬피하지 미요.

_____

❷ 다 울었어?

_____

❸ 아오자이 만드는 법 배우고 싶지 않다고.

_____

정답 확인

1 ① chưa ~ mà đã   ② Trước tiên   ③ điều   ④ Lúc nào cũng
2 ① Chị, đừng có buồn nữa mà.   ② Khóc đã chưa?   ③ Con không muốn học may áo dài đâu.

#03 공부는 실습과 병행해야지.

 오늘의 장면

**Như Ý(니으 이)는 어머니의 허락 없이 고객의 천을 가지고 드레스를 만들었다.
어머니가 그 사실을 알고 Như Ý(니으 이)에게 화를 낸다.**

★ 오늘의 핵심 표현

다음 문장을 큰 소리로 세 번씩 읽어보세요.   ▶ TRACK 03_01

❶ Học phải đi đôi với hành.
공부는 실습과 병행해야지.   [1] [2] [3]

**❷ Con có thấy khúc vải màu ngà của cô
đâu không con?**   [1] [2] [3]
내 낡은 아이보리색 천 어디 있는지 봤어?

❸ May được đi rồi tính.   [1] [2] [3]
하고 말해.

❹ Như Ý! Xin lỗi Thanh Loan ngay!   [1] [2] [3]
Như Ý(니으 이)! Thanh Loan(탄 로앙)에게 당장 사과해!

★영화 속 바로 이 장면

오늘의 장면 속 핵심 문장을 학습해 봅시다.

핵심 장면 ❶

 TRACK 03_02

니으 이의 엄마	Gần cả năm trời rồi! Học trả hết cho thầy. 거의 일년 됐잖아! 배운 거 선생님한테 다 돌려줬구만.
	Ngọc không giũa không là ngọc quý. Học phải đi đôi với hành. 구슬이 서말이라도 꿰어야 보배라고. 공부는 실습과 병행해야지.
	Học lại từ đầu. 처음부터 다시 배우거라.

단어 gần 가까이 | trả 돌려주다 | A hết 다 ~하다 | từ đầu 처음부터

핵심 장면 ❷

TRACK 03_03

니으 이	Má! Con biết may áo dài rồi, 엄마! 내가 아오자이를 만들 수 있다면
	má cho con mở xưởng riêng làm Âu phục nha má. 양복 공장을 열 수 있도록 해줘요.
니으 이의 엄마	May được đi rồi tính. 하고 말해.

단어 cho + 대상 + 동사 ~하도록 하다 | riêng 개별의, 개인의

 # 핵심 장면 ❸

TRACK 03_04

니으 이의 엄마	Phụng ơi! Con có thấy khúc vải màu ngà của cô đâu không con? Phụng(품)아! 내 낡은 아이보리색 천 어디 있는지 봤어?
니으 이	À! Cái xấp vải mà có cái bông nhuyễn nhuyễn đúng không má. 아, 작은 꽃 무늬있는 천 조각 맞아요?
니으 이의 엄마	Đúng rồi. 맞아.
니으 이	Con lấy may đầm rồi. Chứ cái đó mà may áo dài uổng thấy mồ. 그걸로 드레스 만들었어요. 그건 아오자이 하기는 아깝잖아요.

단어 khúc 구간 | vải 천, 원단 | màu ngà 아이보리색 | xấp 뭉치 | bông 꽃 | nhuyễn nhuyễn 연한, 부드러운 | đầm 드레스 | uổng 아까운 | thấy mồ 아주 (남부지역 사투리)

 # 핵심 장면 ❹

TRACK 03_05

탄 로앙	Hôm chủ nhật, con có đi lấy vải nhà Bảo Châu. 지난 일요일에 Bảo Châu(바오 쩌우) 집에 천을 가지러 다녀 왔는데요. Thấy bà Trưởng Nha cũng đi mua vải. Trưởng Nha(쯔엉 냐) 사모님도 천을 사러 오셨더라고요.
니으 이	Mày có cái quyền gì mà nói leo trong cái nhà này. 너는 무슨 자격으로 이 집에서 말대꾸를 하니?
니으 이의 엄마	Như Ý! Xin lỗi Thanh Loan ngay! Như Ý(니으 이)! Thanh Loan(탄 로앙)에게 당장 사과해!

단어 hôm 날(과거의 시간을 말할 때 사용) | quyền 권한, 자격 | nói leo 말대꾸하다

오늘의 장면 속 다양한 문형을 학습해 봅시다.

> ## Học phải đi đôi với hành.
> 공부는 실습과 병행해야지.

🔍 đôi는 단독적으로 '쌍, 켤레'라는 뜻을 가집니다. '가다'를 뜻하는 đi와 결합해서 '함께 가다'의 의미가 됩니다. A phải đi đôi với B는 'A 동작을 하려면 B 동작과 함께 가야 한다'를 의미합니다.

Nói phải đi đôi với làm.	언행이 일치되어야 해요.
Phát triển phải đi đôi với bảo vệ môi trường.	발전은 환경 보호와 병행되어야 해요.

단어 phát triển 발전하다 | bảo vệ 보호하다 | môi trường 환경

> ## May được đi rồi tính.
> 하고 말해.

🔍 '~ đi rồi tính'은 '어떤 동작을 먼저 진행하고 나서 생각해보자'라는 뜻입니다.

Làm đi rồi tính.	일단 하고 생각하자.
Trước hết thì đăng ký đi rồi tính sau.	일단 신청하고 나중에 생각하자.

단어 trước hết 일단, 우선 | đăng ký 신청하다, 등록하다

Con có thấy khúc vải màu ngà của cô đâu không con?

내 낡은 아이보리색 천 어디 있는지 봤어?

🔍 'có thấy ~ không?'는 '~(을)를 봤어요?'의 의미를 표현합니다. 그러나 '어디'를 뜻하는 đâu를 추가할 경우 '어디에 있는지 봤어요?'의 의미가 됩니다.

Chị có thấy máy em đâu không?　　　내 휴대 전화 어디에 있는지 봤어요?

Em có thấy đôi dép anh vừa để đây　　내가 방금 여기에 놓은 슬리퍼 어디에
đâu không?　　　　　　　　　　　　있는지 봤어요?

> 단어 　máy 휴대 전화, 기계 | dép 슬리퍼

Như Ý! Xin lỗi Thanh Loan ngay!

Như Ý(니으 이)! Thanh Loan(탄 로앙)에게 당장 사과해!

🔍 '동사 + ngay'의 형태로 쓰면 '해당 동작을 바로, 곧장하다'라는 뜻이 됩니다.

Anh phải về nhà ngay,　　　　　　　나는 집에 바로 가야 해,
không đi với em được.　　　　　　　너와 같이 갈 수 없어.

Chờ chút, chị đến ngay.　　　　　　조금만 기다려, 내가 바로 갈게.

> 단어 　chờ 기다리다 | chút 조금

오늘의 장면을 떠올리며 문제를 풀어보세요.

1 보기에서 적절한 단어를 골라서 대화를 완성하세요.

> 보기　　　từ đầu　phải đi đôi với　uống　quyền

❶ Học _____ hành.
공부는 실습과 병행해야지.

❷ Mày có cái _____ gì mà nói leo trong cái nhà này.
너는 무슨 자격으로 이 집에서 말대꾸를 하니?

❸ Học lại _____.
처음부터 다시 배우거라.

❹ Chứ cái đó mà may áo dài _____ thấy mổ.
그건 아오자이 하기가 아깝잖아요.

2 다음 문장을 베트남어로 써 보세요.

❶ 내 낡은 이이보리색 천 어디 있는지 봤어?

_____

❷ 하고 말해.

_____

❸ Thanh Loan(탄 로앙)에게 당장 사과해!

_____

정답 확인

1 ① phải đi đôi với　② quyền　③ từ đầu　④ uống

2 ① Con có thấy khúc vải màu ngà của cô đâu không con?　② May được đi rồi tính.　③ Xin lỗi Thanh Loan ngay.

04 나는 더 이상 아오자이를 배우지 않을래.

오늘의 장면

Như Ý(니으 이)와 어머니의 싸움이 계속 이어진다.
Như Ý(니으 이)는 너무 화가 난 나머지 후계자를 하지 않겠다고 말하고,
어머니에게 뺨을 맞는다.

★오늘의 핵심 표현

다음 문장을 큰 소리로 세 번씩 읽어보세요.   ▶ TRACK 04_01

① Không lo học may, mà bày đặt đi ra ngoài
thi thố với người ta.   [1] [2] [3]
봉제는 제대로 배우지도 않으면서 사회에 나가서
다른 사람들이랑 겨루다니.

② Má còn bắt con ở đây may áo dài.   [1] [2] [3]
엄마는 아직까지 나를 붙들고 여기에서 아오자이나 만들게 하고.

③ Con không học may áo dài nữa.   [1] [2] [3]
나는 더 이상 아오자이를 배우지 않을래.

④ Con cho má miếng nước.   [1] [2] [3]
물 한 모금만 줘.

오늘의 장면 속 핵심 문장을 학습해 봅시다.

핵심 장면 ❶

 TRACK 04_02

니으 이의 엄마	Cái nhà này chín đời may áo dài, nổi tiếng nhất cái Sài Gòn.

니으 이의 엄마

Cái nhà này chín đời may áo dài, nổi tiếng nhất cái Sài Gòn.
이 집은 9대째 아오자이를 만들어 왔어, 사이공에서 가장 유명하대.

Không lo học may, mà bày đặt đi ra ngoài thi thố với người ta.
봉제는 제대로 배우지도 않으면서 사회에 나가서 다른 사람들이랑 겨룬다니.

Rốt cuộc bây giờ thua bởi một cái áo dài.
결국 아오자이 한 벌로 졌고.

Cô không thấy nhục hả?
창피하지도 않아?

단어 đời 세대 | bày đặt ~ 능력이 없지만 나서서 ~하다 | thi thố 경기하다 | rốt cuộc 결국 | thua 지다 | bởi ~에 의해 | nhục 창피하다

핵심 장면 ❷

 TRACK 04_03

니으 이

Má không thấy con cũng đang làm điều tốt nhất cho cái nhà may Thanh Nữ này?
엄마, 저도 이 Thanh Nữ(탄 느)가게를 위해 최선을 다하고 있는 게, 안 보이세요?

Thế giới người ta lên tới cung trăng rồi.
세상 사람들은 달도 가 봤는데.

Má còn bắt con ở đây may áo dài.
엄마는 아직까지 나를 붙들고 여기서 아오자이나 만들게 하고.

단어 thế giới 세계 | cung trăng 달

핵심 장면 ③

니으 이 Tại sao cứ phải là áo dài quan trọng nhất?
왜 아오자이가 가장 중요해?

Con không học may áo dài nữa.
나는 더 이상 아오자이를 배우지 않을래.

Không làm truyền nhân nữa.
후계자도 하지 않을래.

단어 cứ phải là ~ 꼭 ~이어야만 하다 | truyền nhân 후계자

핵심 장면 ④

탄 로앙 Má! Bình tĩnh đi má.
어머니! 진정하세요.

니으 이의 엄마 Con cho má miếng nước.
물 한 모금만 줘.

탄 로앙 Dạ.
네

단어 bình tĩnh 침착한

오늘의 장면 속 다양한 문형을 학습해 봅시다.

> ## Không lo học may, mà bày đặt đi ra ngoài thi thố với người ta.
> 봉제는 제대로 배우지도 않으면서 사회에 나가서 다른 사람들이랑 겨룬다니.

🔍 'không lo A mà B'는 'A할 생각은 하지 않고 B를 하다'라는 뜻입니다. 원래 'lo'는 '걱정하다'라는 뜻이지만, 여기에서는 '~할 생각을 하다'라는 뜻입니다.

Anh ấy không lo làm ăn mà cả ngày chỉ biết chơi.	그는 일할 생각은 하지 않고 하루종일 놀기만 해요.
Không lo ôn thi mà chỉ lo mấy chuyện không đâu.	시험 공부에 신경쓰지 않고 쓸데없는 일만 하네요.

> 단어 | làm ăn 생계를 꾸리다 | cả ngày 하루종일 | ôn thi 시험 공부하다 |
> chuyện không đâu 쓸데없는 일, 웬만한 일

> ## Má còn bắt con ở đây may áo dài.
> 엄마는 아직까지 나를 붙들고 여기서 아오자이나 만들게 하고.

🔍 'bắt'은 원래 '잡다'라는 뜻을 갖고 있는데, 'bắt + 주어 + 동사' 형태로 사용하면 '~에게 ~(을)를 시키다'라는 뜻이 됩니다.

Bắt con học làm gì? Để nó tự học lấy.	뭐 하러 애한테 공부를 시켜? 알아서 공부하도록 해야지.
Sếp bắt em nộp trước ngày mai.	위에서 내일까지 제출하라고 시키셨어요.

> 단어 | để + 주어 + 동사 ~하도록 하다 | sếp 상사, 보스 | nộp 제출하다

Con không học may áo dài nữa.

나는 더 이상 아오자이를 배우지 않을래.

🔍 'không + 동사 + nữa'는 '더 이상 ~하지 않다'라는 뜻이 됩니다. 'không còn + 동사 + nữa' 형태로도 사용이 가능하지만, 후자의 경우 '해당 행동을 더이상 하지 않게 되어 아쉽다'라는 느낌이 있을 때 사용합니다.

Em no rồi, không ăn nữa đâu.	배불러요, 더 이상 안 먹을게요.
Dạo này, chị không ăn ngoài nữa, chị mua về nấu.	요즘 나는 밖에서 안 먹고 사와서 요리해서 먹어요.

단어 ăn ngoài 외식하다 | nấu 요리하다

Con cho má miếng nước.

물 한 모금만 줘.

🔍 miếng은 '모금, 조각, 한 입'이라는 뜻입니다.

Cho mình một miếng đi!	나(에게) 한 입만 줘!
Cái miếng bánh kia trông ngon quá.	그 케이크 맛있어 보이네요.

단어 bánh 빵, 케이크 | trông 〜 〜해 보이다

오늘의 장면을 떠올리며 문제를 풀어보세요.

1 보기에서 적절한 단어를 골라서 대화를 완성하세요.

> 보기   miếng   cứ phải là   rốt cuộc   không lo ~ mà

❶ _____ học may _____ bày đặt đi ra ngoài thi thố với người ta.

봉제는 제대로 배우지도 않으면서 사회에 나가서 다른 사람들이랑 겨룬다니.

❷ Con cho má _____ nước.

물 한 모금만 줘.

❸ _____ bây giờ thua bởi một cái áo dài.

결국 아오자이 한 벌로 졌고.

❹ Tại sao _____ áo dài quan trọng nhất?

왜 아오자이가 가장 중요해?

2 다음 문장을 베트남어로 써 보세요.

❶ 엄마는 아직까지 나를 붙들고 여기에서 아오자이나 만들게 하고.

_____

❷ 어머니! 진정하세요.

_____

❸ 나는 더 이상 아오자이를 배우지 않을래.

_____

#05 엄마. 엄마한테 증명할거야.

 오늘의 장면

Như Ý(니으 이)와 싸우고 난 후, 어머니는 증조모 세대부터 물려받은
귀한 비단을 꺼내어 양딸에게 차근차근 아오자이를 만드는 법을 알려준다.

★오늘의 핵심 표현

다음 문장을 큰 소리로 세 번씩 읽어보세요.   ▶ TRACK 05_01

❶ Cái tay! Tại sao con lại hư như vậy? | 1 | 2 | 3 |
손! 너는 왜 그렇게 말썽을 부리니?

❷ Lấy cho má hộp phấn. | 1 | 2 | 3 |
엄마에게 분필 가져다 줘.

❸ Chả ai muốn mặc một cái áo dài tà dạt cả. | 1 | 2 | 3 |
옷자락이 양쪽으로 갈라지는 아오자이를 입고 싶어하는 사람은
없어.

❹ Mỗi người mỗi tạng, con nhớ nha. | 1 | 2 | 3 |
사람마다 몸매가 다르다는 것을 꼭 기억해야 한단다.

오늘의 장면 속 핵심 문장을 학습해 봅시다.

핵심 장면 ❶

 TRACK 05_02

**니으 이의
엄마**　Cái tay! Tại sao con lại hư như vậy?

손! 너는 왜 그렇게 말썽을 부리니?

Con biết làm như vậy là sai không? Hả? Hả?

이렇게 하면 잘못이란 거 모르니? 어? 어?

Trả lời cho má biết! Tại sao con lại vẽ lên áo của má.

엄마한테 대답해! 왜 엄마 옷에 그린 거야?

Con thật là hư hỏng mà. Thật là hết nói nổi mà.

너는 정말 말썽꾸러기야. 정말 말을 못 하겠네.

단어 hư / hư hỏng (성격)못된, 못난 | vẽ lên ~ ~에 그리다 | thật là ~ mà 정말 ~하다 |
동사 + nổi ~할 수 있다

핵심 장면 ❷

TRACK 05_03

**니으 이의
엄마**　Lấy cho má hộp phấn.

엄마에게 분필 가져다 줘.

탄 로앙　Dạ.

네.

**니으 이의
엄마**　Con có biết không, đây là mảnh gấm còn sót lại từ
đời bà tổ.

너 그거 아니? 이건 증조모 세대부터 물려받은 마지막 비단이란다.

Để có được nhà may Thanh Nữ như hôm nay, cả chín đời
nhà ta phải cắt may áo dài theo những công đoạn này.

오늘날의 Thanh Nữ(탄 느) 재단집이 되기 위해, 우리집은 9대째 이런 과정
으로 아오자이를 맞춰야 했지.

단어 hộp 박스, 상자 | phấn 분필 | mảnh 파편, 조각 | gấm 무늬를 두드러지게 짠 비단 |
sót lại 남아나다 | bà tổ 증조모 | công đoạn 단계

**니으 이의
엄마**

Khó nhất là "xếp tà".
가장 어려운 게 "옷자락을 접는 것"이야.

Xếp sao cho khéo, cho hai tà phải úp.
양쪽 자락이 몸을 다 덮을 수 있도록 능숙하게 접어야 돼.

Chả ai muốn mặc một cái áo dài tà dạt cả.
옷자락이 양쪽으로 갈라지는 아오자이를 입고 싶어하는 사람은 없어.

단어 khó nhất là ~ 가장 어려운 것은 ~ | xếp 접다 | tà 옷자락 |
동사 + sao cho + 형용사 ~하게 ~하다 | khéo 능숙한 | úp 덮다 | dạt 고정되지 않은

**니으 이의
엄마**

**Vải có hoa văn lại càng phải canh chỉ cho đối xứng,
tà trước tà sau.**
무늬가 있는 천이면 실선을 대칭으로 앞자락과 뒷자락을 더욱 더 잘 맞춰야
한단다.

Luôn chỉ sao cho áo phải bám người.
몸에 붙을 수 있게 실을 꿰매야 해.

Tinh tuý nhất của người thợ may nằm ở chỗ đó.
재봉사의 진가는 거기에 있는 거야.

Mỗi người mỗi tạng, con nhớ nha.
사람마다 몸매가 다르다는 것을 꼭 기억해야 한단다.

단어 hoa văn 무늬 | canh 맞추다 | chỉ 실 | đối xứng 대칭의, 균형잡힌 | luôn chỉ 실을 꿰매다 |
bám 꽉잡다, 붙다 | tinh tuý 진가의 | thợ may 재봉사 | tạng 체형, 몸매

오늘의 장면 속 다양한 문형을 학습해 봅시다.

> ## Cái tay! Tại sao con lại hư như vậy?
> 손! 너는 왜 그렇게 말썽을 부리니?

🔍 'Tại sao A lại B (như) vậy'는 '왜 그렇게 A는 B한 거야?'라는 뜻으로, 'A가 굉장히 B하다'를 강조할 때 쓸 수 있는 표현입니다. 'Sao A lại B vậy?' 혹은 Tại sao A lại B?'과 같이 다양한 형태로 사용할 수 있습니다.

Tại sao em lại bướng bỉnh như vậy?   너는 왜 그렇게 고집을 부려?

Tại sao chuyện này lại phức tạp như vậy?   이 일은 왜 그렇게 복잡한 거예요?

> 단어   bướng bỉnh 고집을 부린 | phức tạp 복잡한

> ## Lấy cho má hộp phấn.
> 엄마에게 분필 가져다 줘.

🔍 'lấy cho + 주어 + A' 형태로 쓰면 '주체에게 A를 가져다 달라'라는 뜻이 됩니다. 쇼핑하거나 물건을 살 때 아주 유용한 표현입니다.

Lấy cho anh bản hợp đồng thuê nhà năm ngoái.   나에게 작년 부동산 임대차 계약서 좀 가져다 줘.

Chị lấy cho em cái túi mây treo trên kia đi ạ.   저 위에 걸려 있는 라탄백 꺼내주세요.

> 단어   bản hợp đồng 계약서 | thuê nhà 집을 임차하다 | năm ngoái 작년 | túi mây 라탄백 | treo 걸다

Chả ai muốn mặc một cái áo dài tà dạt cả.

옷자락이 양쪽으로 갈라지는 아오자이를 입고 싶어하는 사람은 없어.

🔍 'chả'는 'không(부정사)'과 같은 의미로, 조금 더 완곡한 '부정'을 표현할 때 사용합니다. 'không ai muốn A cả 혹은 chả ai muốn A cả' 는 '아무도 A하고 싶어하지 않다'라는 뜻입니다.

Chả ai muốn **khổ sở** cả.   아무도 고생하고 싶어하지 않아요.

Không ai muốn **bị ép buộc** cả.   아무도 강요받고 싶어하지 않아요.

> **단어** khổ sở 고생스러운 | ép buộc 강요하다

Mỗi người mỗi tạng, con nhớ nha.

사람마다 몸매가 다르다는 것을 꼭 기억해야 한단다.

🔍 Mỗi A mỗi B는 'A마다 각각의 B가 있다'라는 뜻입니다.

Mỗi người mỗi khác, nên lắng nghe ý kiến của mọi người.   사람마다 다르니까 모든 사람의 의견을 듣는 게 좋겠어요.

Mỗi nơi sẽ có mỗi phong tục khác nhau.   지역마다 서로 다른 풍습이 있어요.

> **단어** lắng nghe 귀기울이다 | ý kiến 의견 | nơi 곳 | phong tục 풍습

오늘의 장면을 떠올리며 문제를 풀어보세요.

1 보기에서 적절한 단어를 골라서 대화를 완성하세요.

보기   nổi   chả ai muốn   khó nhất là   hư hỏng

❶ Con thật là _____ mà.

너는 정말 말썽꾸러기야.

❷ _____ "xếp tà".

가장 어려운 게 "옷자락을 접는 것"이야.

❸ _____ mặc một cái áo dài tà dạt cả.

옷자락이 양쪽으로 갈라지는 아오자이를 입고 싶어하는 사람은 없어.

❹ Thật là hết nói _____ mà.

정말 말을 못 하겠다.

2 다음 문장을 베트남어로 써 보세요.

❶ 사람마다 몸매가 다르다는 것을 꼭 기억해야 한단다.

_____

❷ 엄마에게 분필 가져다 줘.

_____

❸ 너는 왜 그렇게 말썽을 부리니?

_____

정답 확인

1 ① hư hỏng   ② Khó nhất là   ③ Chả ai muốn   ④ nổi

2 ① Mỗi người mỗi tạng, con nhớ nha.   ② Lấy cho má hộp phấn.   ③ Tại sao con lại hư như vậy?

#06 어? 어떻게 된 일이야?

오늘의 장면

아오자이에 있는 구슬을 만진 Như Ý(니으 이),
다른 세계로 빨려 들어간다.

★ 오늘의 핵심 표현

다음 문장을 큰 소리로 세 번씩 읽어보세요.

▶ TRACK 06_01

① Chội ôi, tưởng chết thiệt!
어머나, 진짜 죽은 줄 알았어!

[1] [2] [3]

② Bà mới bị điên á!
그쪽이야말로 미친 사람이에요!

[1] [2] [3]

③ Hổng lẽ... mày là tao?
설마... 너는 나야?

[1] [2] [3]

④ Cô chạy gì kì vậy? Hả? Chạy gì kì vậy?
뭘 그렇게 달려요? 어? 왜 그렇게 달려요?

[1] [2] [3]

오늘의 장면 속 핵심 문장을 학습해 봅시다.

 # 핵심 장면 ① **TRACK 06_02**

앙 칸	Chội ôi, tưởng chết thiệt!
	어머나, 진짜 죽은 줄 알았어!
니으 이	Ô la la. Bà là ai vậy?
	울랄라. 이모는 누구예요?
	Đang ở đâu vậy? Nhà tui mà?
	여기가 어디지? 우리집인데?

단어 chội ôi = trời ơi 어머나, 세상에 | thiệt = thật 진짜, 정말

 # 핵심 장면 ② **TRACK 06_03**

앙 칸	Tự dưng lọt vô nhà người ta,
	갑자기 남의 집에 들어와서,
	chạy lên chạy xuống như một con điên vậy?
	미친 사람처럼 왔다갔다 하니?
	Cô là ai? Who are you?
	당신은 누군데요?
니으 이	Bà mới bị điên á! Đây là nhà của tui!
	그쪽이야말로 미친 사람이에요! 여기는 내 집이에요!

단어 tự dưng 갑자기 | lọt 틈새로 들어오다 | vô = vào 들어가다, 들어오다 |
chạy lên chạy xuống 왔다갔다하다 | điên 미친

니으 이	Mọi người đâu hết rồi?
	다들 어디 갔어요?
앙 칸	Hổng lẽ... mày là tao?
	설마... 너는 나야?
	Tuấn, giữ nó lại! Giữ lại!
	Tuấn(뚜엉), 걔를 잡아! 잡아!

단어   giữ A lại ~(을)를 잡다

길에서 가는 아저씨	Cô chạy gì kì vậy? Hả? Chạy gì kì vậy?
	뭘 그렇게 달려요? 어? 왜 그렇게 달려요?
	Chạy kiểu này thì chết rồi!
	이렇게 달리면 죽어요!
	Trời ơi, đường xá rộng quá trời luôn mà em chạy kiểu gì kì vậy?
	세상에, 길이 이렇게나 넓은데 왜 그렇게 달려요?

단어   동사 + kiểu này 이렇게 ~하다 | đường xá 길 | 형용사 + quá trời luôn 너무나 ~한

오늘의 장면 속 다양한 문형을 학습해 봅시다.

> # Chội ôi, tưởng chết thiệt!
> 어머나, 진짜 죽은 줄 알았어!

🔍 tưởng 혹은 tưởng là는 '~인 줄 알았다'라는 뜻입니다. 어떤 사실을 착각했을 때 사용합니다.

Tớ tưởng bây giờ vắng người.   나는 지금 사람이 별로 없을 줄 알았는데.

Em tưởng là trời ấm lên rồi.   나는 날씨가 따뜻해질 줄 알았어요.

> **단어** vắng người 사람이 적은 | 형용사 + lên ~해지다

> # Bà mới bị điên á!
> 그쪽이야말로 미친 사람이에요!

🔍 A mới B는 'A야말로 B하다'라는 뜻입니다.

Em mới đẹp ra nhiều đó.   너야말로 많이 예뻐졌어.

Chị mới là người tiến hành việc đó.   나야말로 그 일을 진행하는 사람이에요.

> **단어** 형용사 + ra ~해지다 | tiến hành 진행하다

Hổng lẽ... mày là tao?
설마... 너는 나야?

🔍 'không lẽ A?'는 '설마 A인거야?'라는 뜻으로 '생각지도 못한 상황을 추측'할 때 사용합니다. 남부에서는 'không'을 'hổng'으로 발음하기도 하며, 'không lẽ = chẳng lẽ = lẽ nào'등으로 대체하여 사용 가능합니다. 또한 'không lẽ A à? / không lẽ A sao?' 모두 '설마 ~이야?'라는 뜻입니다.

Không lẽ hôm nay bị cúp nước à?   설마 오늘 단수되나요?

Chẳng lẽ anh không thấy đèn đỏ phía
trước sao?   설마 앞에 있는 빨간 불이 안 보이나요?

> 단어 cúp nước 단수하다 | đèn đỏ 빨간불

Cô chạy gì kì vậy?
뭘 그렇게 (이상하게) 달려요?

🔍 '동사 + gì kì vậy'는 '무슨 동작을 그렇게 하는지'라고 얘기할 때 사용합니다. 여기에서 'kì = kỳ'는 '이상한, 기이한'이란 뜻입니다.

Sao đi xe gì kì vậy?   왜 그렇게 운전해요?

Em đậu xe gì kì vậy?   주차를 왜 그렇게 해요?

> 단어 đi xe 운전하다 | đậu xe 주차하다

오늘의 장면을 떠올리며 문제를 풀어보세요.

1 보기에서 적절한 단어를 골라서 대화를 완성하세요.

> 보기　　giữ ~ lại　　**hổng lẽ**　　**tưởng**　　**tự dưng**

❶ _____ lọt vô nhà người ta, chạy lên chạy xuống như một con điên vậy?

갑자기 남의 집에 들어와서 미친 사람처럼 왔다갔다하니?

❷ _____... mày là tao?

설마... 너는 나야?

❸ Tuấn, _____ nó _____!

Tuấn(뚜엉), 걔를 잡아!

❹ _____ chết thiệt.

진짜 죽은 줄 알았어.

2 다음 문장을 베트남어로 써 보세요.

❶ 뭘 그렇게 달려요?

_____

❷ 그쪽이야말로 미친 사람이에요.

_____

❸ 다들 어디 갔어요?

_____

정답 확인

1 ① tự dưng　　② hổng lẽ　　③ giữ ~ lại　　④ tưởng

2 ① Chạy gì kì vậy?　　② Bà mới bị điên á.　　③ Mọi người đâu hết rồi?

#07 네 엄마는 누군데?

An Khánh(앙 칸)이 Như Ý(니으 이)에게 지금이 2017년도라는 것을 설명해
준다. Như Ý(니으 이)는 미래의 자신이 매일 술에 취해 돈을 빌리고
집까지 압류 당한 것을 알게 된다.

★오늘의 핵심 표현

다음 문장을 큰 소리로 세 번씩 읽어보세요.

▶ TRACK 07_01

❶ Không bao giờ có chuyện đó.
그런 일은 절대 없어.

`1` `2` `3`

❷ Rõ ràng là hai người nhưng thực ra chỉ là một
người...
이게, 분명히 두 사람인데 사실은 한 사람일 뿐이야...

`1` `2` `3`

❸ Tao đâu phải thần giữ của đâu.
내가 재산을 보호하는 신도 아니고.

`1` `2` `3`

❹ Chỉ có mẹ con mới có thể giúp được cho cô thôi.
우리 엄마만 이모를 도울 수 있어요.

`1` `2` `3`

오늘의 장면 속 핵심 문장을 학습해 봅시다.

핵심 장면 ❶

 TRACK 07_02

니으 이   Nhưng mà ngày hôm qua là vẫn là năm 69.
근데 어제는 여전히 69년이었는데.

Tại sao hôm nay lại là năm 2017?
오늘은 왜 2017년이야?

Không bao giờ có chuyện đó.
그런 일은 절대 없어.

Tại sao lại như vậy? Hả? Tại sao?
왜 그래? 어? 왜?

단어 ngày hôm qua 어제

핵심 장면 ❷

TRACK 07_03

양 칸   Bây giờ mày hỏi tao rồi tao biết hỏi ai đây?
네가 나한테 물으면 나는 누구한테 물어?

Đây, rõ ràng là hai người nhưng thực ra chỉ là một người...
이게, 분명히 두 사람인데 사실은 한 사람일 뿐이야...

Nhưng cuối cùng vẫn là hai người.
근데 결국은 두 사람이야.

단어 cuối cùng 결코

니으 이   Viên ngọc của tui đâu?
내 구슬이 어딨지?

Bà thấy viên ngọc của tui đâu không?
내 구슬 어딨는지 봤어?

앙 칸   Ai biết? Tao đâu phải thần giữ của đâu.
누가 알아? 내가 재산을 보호하는 신도 아니고.

Từ lúc má mất là nó đi theo má luôn rồi.
엄마가 돌아가셨을 때 그것도 엄마를 따라갔어.

단어   thần 신 | giữ 지키다 | của 재산 | mất 돌아가시다

뚜엉   Chuyện đến nước này rồi,
일이 이렇게 됐으면,

chỉ có mẹ con mới có thể giúp được cho cô thôi.
우리 엄마만 이모를 도울 수 있어요.

니으 이   Mẹ cậu là ai?
네 엄마는 누군데?

앙 칸   Oh no no... Mày không muốn biết điều đó đâu.
오 노 노… 너는 알고 싶지 않을 거야.

단어   ~đến nước này rồi ~(이)가 이렇게 됐다

오늘의 장면 속 다양한 문형을 학습해 봅시다.

Không bao giờ có chuyện đó.
그런 일은 절대 없어.

🔍 'Không bao giờ + 동사'는 '절대 ~하지 않다'라는 뜻으로 '~해 본 적이 없다'라는 의미를 지닌 'chưa bao giờ + 동사'와 헷갈리지 마세요.

Em không bao giờ nói dối.	나는 절대 거짓말을 안 해요.
Anh sẽ không bao giờ quên lời hứa với em.	나는 당신과 한 약속을 절대 잊지 않을 거예요.

단어 nói dối 거짓말하다 | lời hứa 약속

Rõ ràng là hai người nhưng thực ra chỉ là một người...
분명히 두 사람인데 사실은 한 사람일 뿐이야...

🔍 'Rõ ràng là A nhưng thực ra chỉ là B'는 '분명 A인데 사실은 B이다'라는 뜻입니다. 'rõ ràng'은 '분명한, 확실한'이라는 뜻이고 'thực ra = thật ra'는 '사실은'이라는 뜻입니다.

Rõ ràng là nội dung khác nhau nhưng thực ra chỉ là cùng một chủ đề thôi.	분명히 다른 내용인데 사실은 같은 주제일 뿐이에요.
Rõ ràng là trông nó rất đau nhưng thực ra chỉ là giả vờ.	분명히 아주 아파 보이는데 사실은 아픈 척할 뿐이에요.

단어 nội dung 내용 | chủ đề 주제 | giả vờ ~인 척하다

Tao đâu phải thần giữ của đâu.
내가 재산을 보호하는 신도 아니고.

🔍 'đâu phải A'는 'không phải A'와 같은 표현으로 'A가 아니다'입니다. 해당 표현을 강조하기 위해 이 문장에서는 'đâu phải A đâu = không phải A đâu'의 형태로 사용되었습니다.

Anh đâu phải em mà làm sao biết được.

나는 네가 아닌데 어떻게 알겠어.

Đây là trách nhiệm của anh ấy, đâu phải của em đâu.

이것은 그의 책임이지, 제 책임이 아니에요.

단어 trách nhiệm 책임

Chỉ có mẹ con mới có thể giúp được cho cô thôi.
우리 엄마만 이모를 도울 수 있어요.

🔍 'chỉ có A có thể B' 혹은 'chỉ có A mới có thể B'는 'A만이 B할 수 있다'라는 뜻입니다. 해당 문장에서는 'chỉ có A mới có thể B được'의 형태로 사용되었습니다.

Chỉ có anh mới có thể giải quyết vụ này.

당신만 이 사건을 해결할 수 있어요.

Chỉ có cửa hàng này là có thể vào mà không cần đặt trước thôi.

이 식당만 예약할 필요없이 들어갈 수 있어요.

단어 giải quyết 해결하다 | đặt trước 예약하다

오늘의 장면을 떠올리며 문제를 풀어보세요.

1 보기에서 적절한 단어를 골라서 대화를 완성하세요.

> **보기** ngày hôm qua   không bao giờ   đâu phải   không ~ đâu

❶ Mày _____ muốn biết điều đó _____.
너는 알고 싶지 않을 거야.

❷ _____ có chuyện đó.
그런 일은 절대 없어.

❸ Tao _____ thần giữ của đâu.
내가 재산을 보호하는 신도 아니고.

❹ Nhưng mà _____ là vẫn là năm 69.
근데 어제는 여전히 69년이었는데.

2 다음 문장을 베트남어로 써 보세요.

❶ 네 엄마는 누군데?

_____

❷ 우리 엄마만 이모를 도울 수 있어요.

_____

❸ 오늘은 왜 2017년이야?

_____

#08

먼저 진정하세요.

엄마의 집을 지키기 위해서 Như Ý(니으 이)가 Tuấn(뚜엉)을 따라
Thanh Loan(탄 로앙)을 만나러 간다.

★ 오늘의 핵심 표현

다음 문장을 큰 소리로 세 번씩 읽어보세요.   ▶ TRACK 08_01

❶ Bây giờ xưng hô như thế nào cũng được.   1 2 3
지금 어떻게 지칭하든 상관없어요.

❷ Mặt mũi thì có vẻ giống. Còn thái độ...   1 2 3
얼굴은 닮긴 했지만 태도는...

❸ Tin hay không tùy, tui không muốn nói nhiều.   1 2 3
믿든 말든, 여러말 하고 싶지 않아.

❹ Cô bình tĩnh đã.   1 2 3
먼저 진정하세요.

오늘의 장면 속 핵심 문장을 학습해 봅시다.

 # 핵심 장면 ❶　　　　　　　　　　　　 **TRACK 08_02**

뚜엉　Mà sao Như Ý xưng hô với mẹ tôi như vậy?
　　　근데 Như Ý(니으 이) 씨는 왜 우리 엄마를 그렇게 불러요?

니으 이　Cậu phải gọi tôi bằng "cô" và xưng "con" đó.
　　　네가 나를 '이모'라고 하고 본인을 '저'라고 해야 되거든.

뚜엉　Thôi. Bây giờ xưng hô như thế nào cũng được.
　　　됐어요. 지금 어떻게 지칭하든 상관없어요.

　　　Quan trọng bây giờ là hai người phải đi gặp mẹ con
　　　liền, nếu như hai người muốn giữ căn nhà này.
　　　이 집을 지키고 싶다면, 중요한 건 두 분이 지금 우리 엄마를 만나러 바로
　　　가셔야 한다는 거예요.

단어 xưng = xưng hô 지칭하다 | quan trọng là ~ 중요한 것은 ~이다 | 동사 + liền 바로 ~하다

 # 핵심 장면 ❷　　　　　　　　　　　　 **TRACK 08_03**

뚜엉　Bây giờ cô thật sự đang cần mẹ giúp.
　　　지금 이모는 정말로 엄마의 도움이 필요해요.

탄 로앙　Mặt mũi thì có vẻ giống. Còn thái độ...
　　　얼굴은 닮긴 했지만 태도는...

　　　Thái độ đích thị là Như Ý ngày xưa.
　　　태도는 틀림없이 옛날의 Như Ý(니으 이) 언니야.

단어 thật sự 정말 | mặt mũi 얼굴 | thái độ 태도 | đích thị là 틀림없이 ~이다

TRACK 08_04

탄 로앙   Nhưng mà ở đời này làm gì có chuyện hoang đường như vậy hả con?
근데 이 세상에서 어떻게 이런 황당한 일이 있을 수 있어?

니으 이   Mắc mệt hà. Tin hay không tùy, tui không muốn nói nhiều.
아오 피곤해. 믿든 말든, 여러말 하고 싶지 않아.

단어 làm gì có chuyện ~ như vậy 이런 ~한 일이 있을 수 있어요? | hoang đường 황당한 | mắc mệt 귀찮고 피곤한 | tin 믿다

 TRACK 08_05

니으 이   Nói tóm lại là căn nhà đó bị mất là có thiệt.
한마디로 그 집을 잃고 있는 건 사실이야.

        Vậy thôi.
끝.

뚜엉   Cô bình tĩnh đã.
먼저 진정하세요.

        Quan trọng bây giờ phải giữ lại được căn nhà.
지금 중요한 것은 집을 지켜야 된다는 거예요.

단어 nói tóm lại ~ 한마디로 말하자면 ~

오늘의 장면 속 다양한 문형을 학습해 봅시다.

Bây giờ xưng hô như thế nào cũng được.
지금 어떻게 지칭하든 상관없어요.

🔍 '동사 + (như) thế nào cũng được'은 '어떻게 동작을 해도 괜찮다, 어떻게 동작을 하든 상관없다'라는 뜻입니다.

Chị cắt như thế nào cũng được. 어떻게 자르든 상관없어요.

Ngày mai hoặc ngày kia, hẹn như thế nào cũng được. 내일이나 모레, 어떻게 약속잡든 상관없어요.

단어 cắt 자르다

Mặt mũi thì có vẻ giống. Còn thái độ...
얼굴은 닮긴 했지만 태도는...

🔍 'A thì có vẻ B'는 'A는 B해 보이다'라는 뜻입니다. 여기에서 'thì'는 '은/는'으로 주어를 강조하기 위해 쓰여졌으며, '~해 보이다'를 뜻하는 'có vẻ = trông có vẻ'와 같이 결합하여 사용할 수 있습니다.

Nhìn thì có vẻ dễ, nhưng làm thì thấy khó. 볼 때는 쉬워 보이지만 하면 어려워요.

Em ấy thì có vẻ là sẽ đồng ý đó. 그 동생은 동의할 것 같아 보여요.

단어 đồng ý 동의하다

Tin hay không tùy, tui không muốn nói nhiều.

믿든 말든, 여러말 하고 싶지 않아.

🔍 '동사 + hay không tùy'는 '동작을 하든 안 하든 마음대로 해라'라는 뜻입니다. '동사 + hay không thì tùy'의 형태로도 사용이 가능하며, 'tùy = tùy ý'는 '네 뜻대로 해라'라는 의미를 갖고 있습니다.

Mua hay không thì tùy, em thấy thích là được.

사든 말든, 네가 좋아하기만 하면 돼.

Uống hay không thì tùy, dù sao cũng đã mua rồi.

마시든 말든, 어차피 사놨어요.

단어 dù sao (cũng) 어차피

Cô bình tĩnh đã.

먼저 진정하세요.

🔍 '동사 + đã' 형태로 문장이 끝이 날 경우, '우선, 먼저 ~부터 하다'라는 뜻이 됩니다. 'A đã rồi B'도 'A부터 하고 나서 B하다'라는 표현입니다.

Em ăn cơm đã rồi đi làm.

밥 먼저 먹고 출근해요.

Em đi lên chào sếp đã rồi về.

먼저 올라가서 상사께 인사드리고 가요.

단어 đi lên 올라가다

오늘의 장면을 떠올리며 문제를 풀어보세요.

1 보기에서 적절한 단어를 골라서 대화를 완성하세요.

> 보기   xưng hô   thì có vẻ   làm gì có chuyện   quan trọng ~ là

❶ Mặt mũi _____ giống. Còn thái độ...

얼굴은 닮긴 했지만 태도는...

❷ _____ bây giờ _____ hai người phải đi gặp mẹ con liền.

중요한 건 두 분이 지금 우리 엄마를 만나러 바로 가셔야 한다는 거예요.

❸ Mà sao Như Ý _____ với mẹ tôi như vậy?

근데 Như Ý(니으 이) 씨는 왜 우리 엄마를 그렇게 불러요?

❹ Nhưng mà ở đời này _____ hoang đường như vậy hả con?

근데 이 세상에서 어떻게 이런 황당한 일이 있을 수 있어?

2 다음 문장을 베트남어로 써 보세요.

❶ 믿든 말든, 여러말 하고 싶지 않아.

_____

❷ 먼저 진정하세요.

_____

❸ 지금 어떻게 지칭하든 상관없어요.

_____

깜짝이야. 꼭 봉황 자수여야 되는거네.

오늘의 장면

Tuấn(뚜엉)과 Như Ý(니으 이)는 Thanh Loan(탄 로앙)의 말대로 헬렌의 회사에 가서 도움을 요청한다.

★오늘의 핵심 표현

다음 문장을 큰 소리로 세 번씩 읽어보세요.　　　　　　　▶ TRACK 09_01

❶ Chỉ mà hoang mang là không ai ký giấy bảo lãnh đâu.　　　1 2 3
누나가 당황하면 보증서를 써 줄 사람이 아무도 없을 거예요.

❷ Xin giới thiệu, đây là Đệ nhất thanh lịch Sài Gòn.　　　1 2 3
소개하겠습니다. 이분은 사이공의 제일입니다.

❸ Gấm vintage mới chịu.　　　1 2 3
꼭 빈티지 비단이어야 되나.

❹ Trời ơi. Còn thêu chim thêu cò nữa.　　　1 2 3
어머. 봉황 자수까지 했네.

오늘의 장면 속 핵심 문장을 학습해 봅시다.

핵심 장면 ❶
 TRACK 09_02

뚜엉 Để tránh rắc rối, cô đừng nói cô đến từ năm 1969.
혹시 모르니까 1969년에서 왔다고 하지 마세요.

Helen là người giữ hết tài chính trong nhà.
헬렌은 가정의 모든 재산을 책임지고 있는 사람이에요.

Chỉ mà hoang mang là không ai ký giấy bảo lãnh đâu.
누나가 당황하면 보증서를 써 줄 사람이 아무도 없을 거예요.

단어 tránh 피하다 | rắc rối 복잡한 | tài chính 재산 | hoang mang 당황하다 |
ký 사인하다 | giấy bảo lãnh 보증서

핵심 장면 ❷
TRACK 09_03

니으 이 Yên tâm đi. Tui biết rồi.
안심해요. 알았어요.

헬렌의 비서 Đây đó hả?
여기야?

뚜엉 Xin giới thiệu, đây là Đệ nhất thanh lịch Sài Gòn.
소개하겠습니다. 이분은 사이공의 제일입니다.

단어 yên tâm 안심하다 | đệ nhất 제일의 | thanh lịch 우아한, 세련된

헬렌의 비서 Gấm vintage mới chịu.
꼭 빈티지 비단이어야 되나.

Trời ơi. Còn thêu chim thêu cò nữa.
어머. 봉황 자수까지 했네.

Sao hông thêm một kí sương sa hạt lựu đi?
반짝거리는 1kg의 파츠를 더하지 그래?

Để giảm tải bớt hóa đơn tiền điện.
전기 요금 줄이게.

단어 thêu 자수를 놓다 | giảm tải 감소시키다 | bớt 줄이다 | hóa đơn 영수증 |
tiền điện 전기 요금

헬렌의 비서 Anh Hiển. Chị Ba đang lên.
Hiển(히잉) 씨. 보스가 올라오고 있어요.

**헬렌의 수석
디자이너** Sao nói sáng đi họp, trưa mới qua?
아침에 회의하고 오후에야 오신다고 하지 않았어?

Ê. Ai đây?
야. 누구야?

헬렌의 비서 Di tích khảo cổ.
고고학 유물.

**헬렌의 수석
디자이너** Hú hồn. Thêu phụng mới chịu.
깜짝이야. 꼭 봉황 자수여야 되는거네.

단어 họp 회의하다 | di tích 유적 | khảo cổ 고고학

오늘의 장면 속 다양한 문형을 학습해 봅시다.

> ## Chỉ mà hoang mang là không ai ký giấy bảo lãnh đâu.
> 누나가 당황하면 보증서를 써줄 사람이 아무도 없을 거예요.

🔍 'không ai + 동사/형용사'는 '아무도 ~하지 않다'라는 뜻으로, 해당 표현을 강조할 때 'không ai + 동/형 + đâu'로 사용합니다.

Về chuyện này thì không ai hiểu rõ bằng anh ấy đâu.	이 일에 대해서 그만큼 잘 아는 사람은 아무도 없어요.
Không ai có thể đoán được nguồn gốc của cái này đâu.	이것의 출처를 추측할 수 있는 사람은 아무도 없어요.

단어 hiểu rõ 잘 알다 | đoán 추측하다 | nguồn gốc 출처, 근원

> ## Xin giới thiệu, đây là Đệ nhất thanh lịch Sài Gòn.
> 소개하겠습니다. 이분은 사이공의 제일입니다.

🔍 'Xin giới thiệu'는 '소개하겠습니다'라는 뜻이며, 'đây là ~'는 '여기는 ~입니다'라는 뜻으로, 비즈니스 자리에서 소개할 때 많이 사용하는 표현입니다.

Xin giới thiệu, đây là anh Hải, tổng giám đốc của công ty ABC.	소개하겠습니다. 이분은 ABC 회사의 대표님 하이 씨입니다.
Xin giới thiệu, đây là chị Yuri đến từ chi nhánh Việt Nam.	소개하겠습니다. 이분은 베트남 지사에서 온 유리 씨입니다.

단어 tổng giám đốc 회사 대표 | chi nhánh 지사

Gấm vintage mới chịu.

꼭 빈티지 비단이어야 되나.

🔍 'A mới chịu'는 직역을 하자면 'A이어야 받아들이다'라는 뜻입니다. '나는 꼭 A이어야 해'라고 표현하거나 무언가를 깎아내리고, 빈정거리는 의미인 '꼭 A이어야되나?'로 사용합니다.

Phải mua đúng loại mới chịu.

꼭 정확한 제품군을 사야 돼요.

Bố mẹ kiếm tiền vất vả như vậy mà con thì đi du học mới chịu.

부모님이 그렇게 힘들게 돈 벌고 있는데, 자식은 꼭 유학을 가겠다고 하네.

> **단어** loại 종류 | kiếm tiền 돈을 벌다 | vất vả 고된, 힘든

Còn thêu chim thêu cò nữa.

봉황 자수까지 했네.

🔍 'còn A nữa'는 'A도 했네'라는 뜻으로 추가적으로 어떤 행위를 했을 경우 사용합니다.

Em còn phải làm xong việc này nữa.

나는 이 일도 끝내야 해요.

Thương hiệu này còn có chi nhánh ở các quận khác nữa.

이 브랜드는 다른 군에도 지점이 있어요.

> **단어** thương hiệu 브랜드 | quận 군(베트남 행정 구역)

오늘의 장면을 떠올리며 문제를 풀어보세요.

1 보기에서 적절한 단어를 골라서 대화를 완성하세요.

> 보기   giảm tải   mới chịu   tránh   hoang mang

❶ Để _____ rắc rối, cô đừng nói cô đến từ năm 1969.

혹시 모르니까 1969년에서 왔다고 하지 마세요.

❷ Gấm vintage _____.

꼭 빈티지 비단이어야 되나.

❸ Chỉ mà _____ là không ai ký giấy bảo lãnh đâu.

누나가 당황하면 보증서를 써 줄 사람이 아무도 없을 거예요.

❹ Để _____ bớt hóa đơn tiền điện.

전기요금 줄이게.

2 다음 문장을 베트남어로 써 보세요.

❶ 소개하겠습니다. 이분은 사이공의 제일입니다.

_____

❷ 봉황 자수까지 했네.

_____

❸ 아침에 회의하고 오후에야 오신다고 하지 않았어?

_____

정답 확인

1 ①tránh   ②mới chịu   ③hoang mang   ④giảm tải
2 ①Xin giới thiệu, đây là Đệ nhất thanh lịch Sài Gòn.   ②Còn thêu chim thêu cò nữa.
　　③Sao nói sáng đi họp, trưa mới qua?

#10 이것도 물어?

드디어 헬렌이 나타났다.
그녀는 회사에 등장하자마자 비서에게 이런 저런 보고를 받고 지시를 내린다.

★오늘의 핵심 표현

다음 문장을 큰 소리로 세 번씩 읽어보세요.   ▶ TRACK 10_01

❶ Chuyện vậy mà cũng hỏi? | 1 | 2 | 3 |
이것도 물어?

❷ Xoay cái quả cầu disco giùm nó luôn đi. | 1 | 2 | 3 |
디스코 볼이나 빙빙 돌려.

❸ Lý sẽ đi thay chị. | 1 | 2 | 3 |
Lý(이) 씨가 사장님 대신 갈 거예요.

❹ Không biết Fashion week này, Celeb huyền thoại muốn mặc đồ gì của nhà Helen đây ta? | 1 | 2 | 3 |
이번 패션 위크에서 우리 최강 셀럽은 헬렌의 무슨 옷을 입고 싶어할까?

오늘의 장면 속 핵심 문장을 학습해 봅시다.

핵심 장면 ❶

▶ TRACK 10_02

헬렌
Chuyện vậy mà cũng hỏi?
이것도 물어?

헬렌의 비서
Dạ, em sẽ nói anh Hiển làm lại liền.
네, 바로 Hiển(히잉) 씨에게 다시 만들라고 할게요.

Vậy còn cái đầm cho Hoa Khôi Ngọc Minh thì sao chị?
그럼 미스 Ngọc Minh(응업 민)의 드레스는요?

헬렌
Nói nó nghỉ đóng phim, ra mà mở tiệm bánh bột lọc luôn đi.
걔한테 영화 촬영 그만하고 만두집이나 열라고 해.

단어 vậy còn 그러면 | đầm 드레스 | hoa khôi 미스 | thì sao? ~ (은)는요? | nghỉ + 동사 ~하는 것을 그만하다 | đóng phim 촬영하다

핵심 장면 ❷

▶ TRACK 10_03

헬렌
Còn nếu mà con đó không chịu nữa thì mời ra thẳng chợ An Đông.
그것도 안 된다면 An Đông(앙 돔) 시장에 바로 나가라고 해.

Mua tặng cho nó cái quả cầu disco, khuyến mãi luôn mấy cục pin tiểu nữa nha.
걔한테 디스코 볼 선물해주고, 건전지도 몇 개 더 챙겨줘.

헬렌의 비서
Tại sao lại cục pin tiểu chị? 2A hay 3A?
건전지는 왜요? 2A요? 3A요?

헬렌
Vậy thì cô nên nghỉ làm, đi theo con nhỏ đó, xoay cái quả cầu disco giùm nó luôn đi.
그럼 너도 일 그만두고 걔 따라 다니며 디스코 볼이나 빙빙 돌려.

단어 동사 + thẳng 곧장 ~하다 | quả cầu Disco 디스코 볼 | khuyến mãi 증정하다, 프로모션하다 | pin tiểu 건전지 | nghỉ làm 일을 그만두다 | xoay 돌리다

헬렌의 비서	Chị có… Harper's Bazzar dinner…
	사장님…Harper's Bazzar 저녁식사 있…
헬렌	Cancel.
	취소
헬렌의 비서	Nhưng mà chị có giải nhà thiết kế của năm.
	근데 사장님 올해의 디자이너상 받아야 하잖아요.
헬렌	Cancel
	취소
헬렌의 비서	Ok. Lý sẽ đi thay chị. Vậy còn tiệc tối ở đại sứ quán?
	Ok. Lý(이) 씨가 사장님 대신 갈 거예요. 그럼 대사관에서 저녁 파티는요?

단어 giải 상 | nhà thiết kế 디자이너 | tiệc tối 저녁 파티 | đại sứ quán 대사관

핵심 장면 ❹

TRACK 10_05

헬렌의 비서	Baby Nana, cancel?
	베이비 나나, 취소?
헬렌	Để vào 9 giờ.
	9시로 해.
	Không biết Fashion week này, Celeb huyền thoại muốn mặc đồ gì của nhà Helen đây ta?
	이번 패션 위크에서 우리 최강 셀럽은 헬렌의 무슨 옷을 입고 싶어할까?

단어 huyền thoại 레전드 | nhà + 이름 ～회사

오늘의 장면 속 다양한 문형을 학습해 봅시다.

> ## Chuyện vậy mà cũng hỏi?
> 이것도 물어?

🔍 'A mà cũng B'는 'A인데도 B하다'라는 뜻입니다.

Món này mà cũng nấu được à?　　　　이 음식도 요리할 수 있어요?

Khó khăn vậy mà cũng vượt qua được.　그렇게 힘들었는데도 이겨냈어요.

단어 khó khăn 힘든, 어려운 | vượt qua 극복하다, 이겨내다

> ## Xoay cái quả cầu disco giùm nó luôn đi.
> 그녀 대신에 디스코 볼이나 빙빙 돌려.

🔍 '동사 + giùm A'는 'A를 대신하여 ~(을)를 하다'라는 뜻입니다. 그 뒤에 'luôn đi'까지 붙이면 '그냥 ~ 해 버려'라는 의미가 더해집니다.

Em mua đồ ăn sáng giùm chị luôn đi.　언니 대신 아침 식사 좀 사다 줘.

Nhân tiện đến đó thì em hỏi giùm anh
lịch đăng ký luôn đi.　　　　　　　거기에 가는 김에 신청 일정 좀 물어봐 줘.

단어 đồ ăn sáng 아침 식사 | nhân tiện + 동사 ~하는 김에

Lý sẽ đi thay chị.
Lý(이) 씨가 사장님 대신 갈 거예요.

🔍 '동사 + thay A'로 쓰일 경우 'A를 대신하여 동작을 하다'라는 뜻입니다. 앞서 배운 '동사 + giùm A'는 'A를 도와서 동작을 대신하다'라는 뜻이라면, 'thay'는 '대체해서 하다'라는 의미가 강한 표현입니다.

Để em ký tên thay anh.   제가 당신 대신에 사인할게요.

Chị sẽ nhận hàng thay em   나는 당신 대신에 택배를 받을게요.

단어 ký tên 사인하다 | nhận hàng 물건을 받다

Không biết Fashion week này, Celeb huyền thoại muốn mặc đồ gì của nhà Helen đây ta?
이번 패션 위크에서 우리 최강 셀럽은 헬렌의 무슨 옷을 입고 싶어할까?

🔍 'Không biết A muốn 동사 gì đây ta?'는 'A가 무슨 ~(을)를 하고 싶어할지 모르겠다'라는 뜻입니다. 'đây ta'를 제외하고 'Không biết A muốn 동사 gì'까지만 써도 의미는 같습니다.

Không biết chuyến công tác lần này,   이번 출장에 상사가 무엇을 타고 가고
sếp muốn đi bằng gì đây ta?   싶어하실 지 모르겠네요?

Không biết em ấy muốn ăn gì tối nay   그 동생이 오늘 저녁에 무엇을 먹고 싶어
đây ta?   할지 모르겠네요?

단어 chuyến công tác 출장

오늘의 장면을 떠올리며 문제를 풀어보세요.

1   보기에서 적절한 단어를 골라서 대화를 완성하세요.

> 보기   mà cũng   không chịu nữa thì   nghỉ   giùm ~ luôn đi

❶ Nói nó _____ đóng phim, ra mà mở tiệm bánh bột lọc luôn đi.
걔한테 영화 촬영 그만하고 만두집이나 열라고 해.

❷ Còn nếu mà con đó _____ mời ra thẳng chợ An Đông.
그것도 안 된다면 An Đông(앙 돔) 시장에 바로 나가라고 해.

❸ Đi theo con nhỏ đó, xoay cái quả cầu disco _____ nó
_____.
걔 따라 다니며 디스코 볼이나 빙빙 돌려.

❹ Chuyện vậy _____ hỏi.
이것도 물어?

2   다음 문장을 베트남어로 써 보세요.

❶ 그럼 미스 Ngọc Minh(응업 민)의 드레스는요?
_____

❷ Lý(이) 씨가 사장님 대신 갈 거예요.
_____

❸ 건전지는 왜요?
_____

1 ①nghỉ ②không chịu nữa thì ③giùm ~ luôn đi ④mà cũng
2 ①Vậy còn cái đầm cho Hoa Khôi Ngọc Minh thì sao chị? ②Lý sẽ đi thay chị. ③Tại sao lại cục pin tiểu chị?

얘들아! 매칭해!

드디어 헬렌은 Như Ý(니으 이)의 존재를 눈치 챘다. An Khánh(앙 칸)의
지인이라는 것을 안 헬렌, Như Ý(니으 이)를 더욱 무시하는데...

★ **오늘의 핵심 표현**

다음 문장을 큰 소리로 세 번씩 읽어보세요.

▶ **TRACK 11_01**

❶ Bỏ học Kiến trúc rồi giờ làm cho con người ta
có bầu nữa hả?
건설 공부를 그만두고 남의 집 딸을 임신시킨 거야?

[1] [2] [3]

❷ Chỗ này là chỗ làm ăn, chứ không phải chỗ
làm từ thiện.
여기는 장사하는 곳이지, 봉사하는 데가 아니야.

[1] [2] [3]

❸ Chắc các người cũng đã từng nghe đến cái
tên Mademoiselle Như Ý rồi chứ gì?
그쪽도 미스 Như Ý(니으 이)라고 들어본 적이 있겠지?

[1] [2] [3]

❹ Vậy thì cô thử phối vài thứ rồi trình bày concept.
그럼 몇 가지를 매칭해서 콘셉트를 발표해 봐.

[1] [2] [3]

★영화 속 바로 이 장면

오늘의 장면 속 핵심 문장을 학습해 봅시다.

핵심 장면 ❶

 TRACK 11_02

헬렌	Cái gì đây?
	이게 뭔데?
헬렌의 비서	Anh Tuấn dẫn đến đó chị.
	Tuấn(뚜엉) 씨가 모시고 오셨어요.
헬렌	Bỏ học Kiến trúc rồi giờ làm cho con người ta có bầu nữa hả?
	건설 공부를 그만두고 남의 집 딸을 임신시킨 거야?
헬렌의 비서	À hông, cái này là mẹ chị kêu dẫn sang.
	아니요, 이 사람은 사장님의 어머니가 데리고 오라고 하신 거예요.

> **단어** dẫn đến 데리고 오다 | bỏ học 공부를 그만두다, 퇴학하다 | kiến trúc 건축 |
> có bầu 임심하다 | kêu 부르다, 시키다 | dẫn sang 데리고 가다/오다

핵심 장면 ❷

TRACK 11_03

니으 이	Tôi vừa gặp bà Thanh Loan.
	나는 방금 Thanh Loan(탄 로앙)을 만났는데.
	Bả hứa là sẽ giữ lại căn nhà rồi kêu tui qua đây gặp cô.
	내 집을 지켜 주겠다고 하고 당신을 만나 보라고 했어.
	Còn làm cái gì, hổng biết.
	뭘 하라는 건지 모르겠네.
헬렌	Chỗ này là chỗ làm ăn, chứ không phải chỗ làm từ thiện.
	여기는 장사하는 곳이지, 봉사하는 데가 아니야.

> **단어** hứa là ~ ~한다고 약속하다 | làm ăn 장사하다 | từ thiện 봉사하다

TRACK 11_04

니으 이	Chắc các người cũng đã từng nghe đến cái tên Mademoiselle Như Ý rồi chứ gì?
	그쪽도 미스 Như Ý(니으 이)라고 들어본 적이 있겠지?
헬렌	Mademoiselle Như Ý?
	미스 Như Ý(니으 이)?
니으 이	Ouais, Mademoiselle Như Ý.
	맞아, 미스 Như Ý(니으 이).
	Nè. Nếu tôi chứng minh được điều đó, phải giữ lại căn nhà.
	야. 내가 그 사실을 증명할 수 있으면 집을 지켜줘야 해.

단어 chứng minh 증명하다

핵심 장면 ❹

 TRACK 11_05

헬렌	Được. Vậy thì cô thử phối vài thứ rồi trình bày concept,
	오케이. 그럼 몇 가지를 매칭해서 콘셉트를 발표해 봐,
	để tui coi trình độ của cô tới đâu.
	그쪽의 능력이 어느 정도인지 한번 보게.
니으 이	Concept là gì?
	콘셉트가 뭐야?
헬렌의 비서	Concept thời trang. Ý tưởng phối đồ. Cô hông biết đó là gì hả?
	패션 콘셉트. 의상 매칭 아이디어. 그게 무엇인지도 몰라?
	Mấy đứa! Phối đồ!
	얘들아! 매칭해!

단어 phối 매칭하다 | trình bày 설명하다, 발표하다 | trình độ 능력, 수준 | ý tưởng 아이디어 | hông(không) biết ~ là gì hả? ~(이)가 무엇인지 몰라요?

오늘의 장면 속 다양한 문형을 학습해 봅시다.

> ## Bỏ học Kiến trúc rồi giờ làm cho con người ta có bầu nữa hả?
> 건설 공부를 그만두고 남의 집 딸을 임신시킨 거야?

🔍 'A + làm cho + B + 술어'는 'A가 B를 ~하게 만들다'라는 표현입니다. 'làm cho' 대신해서 'làm = khiến cho = khiến'을 사용할 수 있습니다.

Những lời nói của em làm cho anh cảm động quá.	네가 한 말이 나를 감동시켰어.
Kế hoạch đó đã làm cho kinh tế phát triển.	그 계획은 경제를 발전시켰어요.

> 단어 lời nói 말 | cảm động 감동하다 | kế hoạch 계획 | kinh tế 경제

> ## Chỗ này là chỗ làm ăn, chứ không phải chỗ làm từ thiện.
> 여기는 장사하는 곳이지, 봉사하는 데기 아니야.

🔍 'A chứ không phải B'는 'A이지 B가 아니다'라는 뜻입니다. A라는 것이 사실이 아니고, B가 사실임을 강조할 때 사용합니다.

Em bị đầy bụng, chứ không phải đói bụng.	나는 체한 거지, 배고픈 게 아니에요.
Uống thuốc trước khi ăn, chứ không phải sau khi ăn.	식전에 약을 복용하는 거지, 식후에 복용하는 것이 아니에요.

> 단어 đầy bụng 체하다 | đói bụng 배고픈 | uống thuốc 약을 먹다

Chắc các người cũng đã từng nghe đến cái tên Mademoiselle Như Ý rồi chứ gì?

그쪽도 미스 Như Ý(니으 이)라고 들어본 적이 있겠지?

🔍 'A cũng đã từng nghe đến B rồi chứ gì'는 'A도 B에 대해 들어본 적 있지?'라는 뜻으로 'đã từng = từng'은 '~했던 적이 있다'이고, 'nghe đến A'는 'A에 대해 들었다'입니다. 'A cũng đã từng nghe đến B' 라고만 하면 'A도 B에 대해 들어봤다'의 뜻이 됩니다.

Em cũng đã từng nghe đến việc anh ấy sẽ chuyển bộ phận rồi chứ gì?	너도 그가 부서 이동한다는 얘기를 들은 적이 있지?
Chị cũng đã từng nghe đến tin đồn đó rồi chứ?	언니도 그 소문에 대해 들어본 적이 있죠?

단어 chuyển bộ phận 부서 이동하다 | tin đồn 소문

Vậy thì cô thử phối vài thứ rồi trình bày concept.

그럼 몇 가지를 매칭해서 콘셉트를 발표해 봐.

🔍 'thử + 동사'는 '~해 보다'라는 뜻으로, '동사 + thử'의 형태로도 사용이 가능합니다. 혹은 'thử + 동사 + xem = 동사 + thử xem'으로도 사용할 수 있는데, 'xem'이 들어가면, 상대에게 동작을 '~해 봐'라고 할 경 우에만 사용할 수 있고, '나 이거 해봐도 돼요?'와 같은 본인이 시도를 할 때에는 사용할 수 없습니다.

Em thử đứng ở lập trường của chị và suy nghĩ đi.	너도 나의 입장에 서서 한번 생각해 봐.
Anh muốn thử khởi nghiệp ở Việt Nam.	나는 베트남에서 스타트업을 해 보고 싶어요.

단어 lập trường 입장 | khởi nghiệp 스타트업을 하다

오늘의 장면을 떠올리며 문제를 풀어보세요.

1 보기에서 적절한 단어를 골라서 대화를 완성하세요.

> 보기   hông biết ~ là gì hả?   chứ không phải   hứa là   nếu

❶ _____ tôi chứng minh được điều đó, phải giữ lại căn nhà.

내가 그 사실을 증명할 수 있으면 집을 지켜줘야 해.

❷ Chỗ này là chỗ làm ăn, _____ chỗ làm từ thiện.

여기는 장사하는 곳이지, 봉사하는 데가 아니야.

❸ Bả _____ sẽ giữ lại căn nhà rồi kêu tui qua đây gặp cô.

내 집을 지켜 주겠다고 하고 당신을 만나 보라고 했어.

❹ Cô _____ đó _____?

그게 무엇인지도 몰라?

2 다음 문장을 베트남어로 써 보세요.

❶ 그쪽도 미스 Như Ý(니으 이)라고 들어본 적이 있겠지?

_____

❷ 건설 공부를 그만두고 남의 집 딸을 임신시킨 거야?

_____

❸ 그럼 몇 가지를 매칭해서 콘셉트를 발표해 봐.

_____

정답 확인

1 ①Nếu ②chứ không phải ③hứa là ④hông biết ~ là gì hả?

2 ①Chắc các người cũng đã từng nghe đến cái tên Mademoiselle Như Ý rồi chứ gì?
②Bỏ học Kiến trúc rồi giờ làm cho con người ta có bầu nữa hả? ③Vậy thì cô thử phối vài thứ rồi trình bày concept.

휴대 전화도 안 들어가.

오늘의 장면

Như Ý(니으 이)는 헬렌이 시킨대로 3가지 스타일을 매칭해서 발표하는데,
모두 2017년도와 맞지 않는다. 헬렌은 **Như Ý(니으 이)의** 스타일링을
하나 하나 반박하며 요즘 스타일을 보여준다.

★오늘의 핵심 표현

다음 문장을 큰 소리로 세 번씩 읽어보세요.   ▶ TRACK 12_01

① Đựng cái điện thoại còn không vừa.   1 2 3
휴대 전화도 안 들어가.

② Thêm một vài phụ kiện năm 2017 cho hợp thời.   1 2 3
시대를 맞추기 위해 2017년 액세서리 몇 개를 더 추가해.

③ Bo-ho bây giờ đã đi vào thành thị rồi, chứ đâu
còn lang thang ngoài đồng cỏ nữa.   1 2 3
보호는 이미 도시에 들어왔어, 더 이상 들판에서 헤매지 않거든.

④ Hay là tình tứ bánh bèo Địa Trung Hải kiểu
Dolce Gabbana?   1 2 3
아니면 돌체 가바나의 로맨틱한 지중해 스타일?

★영화 속 바로 이 장면

오늘의 장면 속 핵심 문장을 학습해 봅시다.

 # 핵심 장면 ❶

 TRACK 12_02

헬렌	**Phụ nữ hiện đại đi làm cả ngày, cần nguyên cái vũ trụ đi theo.** 하루종일 일하는 여성은 출근할 때 우주를 가지고 다녀야 해. **Bây giờ còn ai ra đường với mấy cái clutch nhỏ xíu này nữa?** 지금 누가 이런 조그마한 클러치백을 가지고 외출하겠어? **Đựng cái điện thoại còn không vừa** 휴대 전화도 안 들어가.

단어 phụ nữ 여성 | hiện đại 현대 | nguyên 온전한 | vũ trụ 우주 | bây giờ còn ai ~ nữa? 지금 누가 ~하겠어요? | nhỏ xíu 조그마한 | đựng 담다 | vừa 맞는

 # 핵심 장면 ❷

 TRACK 12_03

헬렌	**Thêm một vài phụ kiện năm 2017 cho hợp thời.** 시대를 맞추기 위해 2017년 액세서리 몇 개를 더 추가해. **Định bo-ho hả?** 보호 스타일을 하려고?

단어 một vài 몇몇의 | phụ kiện 액세서리 | hợp thời 시대를 맞추다

 # 핵심 장면 ③

헬렌 Bo-ho bây giờ đã đi vào thành thị rồi, chứ đâu còn lang thang ngoài đồng cỏ nữa.
보호는 이미 도시에 들어왔어, 더 이상 들판에서 헤매지 않거든.

Sexy, phóng khoáng, Yves Saint Laurent.
섹시하고 개방적인 입생로랑.

단어 thành thị 도시 | lang thang 헤매다 | đồng cỏ 잔디밭 | phóng khoáng 개방적인

 # 핵심 장면 ④

헬렌 Các giám đốc sáng tạo đời sau đã thổi vào một làn hơi hiện đại và trẻ trung hơn rất nhiều.
후임 크리에이티브 디렉터들이 더욱 현대적이고 젊음의 숨을 불어 넣어 줬지.

Hay là tình tứ bánh bèo Địa Trung Hải kiểu Dolce Gabbana?
아니면 돌체 가바나의 로맨틱한 지중해 스타일?

니으 이 Khoan, Dolce Gabanna là ai?
잠깐, 돌체가바나는 누군데?

헬렌 Thành lập năm 85. Chắc lúc đó cô chưa sinh ra đời đâu hả?
85년에 설립됐어. 그때는 그쪽이 아직 안 태어났지?

단어 giám đốc sáng tạo 크리에이티브 디렉터 | đời sau 후임 | thổi vào ~ ~에 불어 넣다 | làn hơi 숨 | trẻ trung 젊은 | tình tứ 로맨틱한 | khoan 잠깐 | thành lập 설립하다 | sinh ra (đời) 태어나다

오늘의 장면 속 다양한 문형을 학습해 봅시다.

> ## Đựng cái điện thoại còn không vừa.
> 휴대 전화도 안 들어가.

🔍 'A còn không B'는 'A도 B하지 않다'라는 표현으로, 자신의 생각과는 다른 상황 혹은 일반적이지 않은 상황을 강조할 때 사용합니다.

Giờ này còn không có tắc xi.　　　　이 시간에 택시도 없어요.

Thậm chí em còn không biết hôm qua　심지어 어제 어떻게 집에 왔는지도 나는
đã về nhà thế nào nữa.　　　　　　잘 모르겠어요.

> 단어　tắc xi 택시 | thậm chí 심지어

> ## Thêm một vài phụ kiện năm 2017 cho hợp thời.
> 시대를 맞추기 위해 2017년 액세서리 몇 개를 더 추가해.

🔍 '동사 + cho + 형용사'는 '~하게끔 동작을 하다'라는 표현으로 'cho + 형용사'가 목적에 해당됩니다. 따라서 '해당 목적에 맞추끔 동작을 한다'라는 뜻이 되며, 'cho + 형용사'의 표현은 '~하게끔, ~하기 위해'라는 뜻입니다.

Anh ăn tạm cái này đi cho đỡ đói.　　배가 덜 고프게 이것이라도 드세요.

Mọi người đến chơi cho vui nhé.　　　여러분, 즐거워지도록 놀러오세요.

> 단어　동사 + tạm 일시적으로 ~하다 | đỡ + 형용사 덜 ~한

**Bo-ho bây giờ đã đi vào thành thị rồi,
chứ đâu còn lang thang ngoài đồng cỏ nữa.**

보호는 이미 도시에 들어왔어, 더이상 들판에서 헤매지 않거든.

🔍 'A rồi, chứ đâu còn B nữa'는 '이미 A했지, 더 이상 B하지 않다'라는 뜻으로 'đâu còn B nữa'를 대신하여 'không còn B nữa = 더 이상 ~하지 않다'로 사용할 수 있습니다. 다만, 'không'에 비해서 'đâu'는 '확실한 진실'임을 강조할 때 사용합니다.

Anh ấy chuyển việc lâu rồi, chứ đâu còn làm ở công ty kia nữa.

그는 오래전에 이미 이직했지,
더 이상 그 회사에서 일하지 않아요.

Em đã mua xe hơi rồi, chứ đâu còn đi xe máy nữa.

나는 자동차를 이미 샀지,
더 이상 오토바이를 타지 않아요.

> **단어** chuyển việc 이직하다 | xe hơi 자동차 | xe máy 오토바이

Hay là tình tứ bánh bèo Địa Trung Hải kiểu Dolce Gabbana?

아니면 돌체가바나의 로맨틱한 지중해 스타일?

🔍 'Hay là A?'는 '아니면 A야?' 혹은 '아니면 A할까?'라는 뜻으로, '다른 의견'을 제시할 때 사용합니다.

Hay là mình chụp ảnh làm kỉ niệm nhé?

아니면 우리 기념 사진 찍을까?

Hay là đi dạo cho tiêu cơm đi?

아니면 소화시킬겸 산책할까요?

> **단어** kỉ niệm 기념 | tiêu cơm 소화시키다

오늘의 장면을 떠올리며 문제를 풀어보세요.

1 보기에서 적절한 단어를 골라서 대화를 완성하세요.

> 보기   hay là   bây giờ còn ai ~ nữa   rồi, chứ đâu còn ~ nữa   cho

❶ _____ ra đường với mấy cái clutch nhỏ xíu này _____?

지금 누가 이런 조그마한 클러치백을 가지고 외출하겠어?

❶ Bo-ho bây giờ đã đi vào thành thị _____ lang thang
ngoài đồng cỏ _____.

보호는 이미 도시에 들어왔어, 더이상 들판에서 헤매지 않거든.

❶ _____ tình tứ bánh bèo Địa Trung Hải kiểu Dolce Gabbana?

아니면 돌체 가바나의 로맨틱한 지중해 스타일?

❶ Thêm một vài phụ kiện năm 2017 _____ hợp thời.

시대를 맞추기 위해 2017년 액세서리 몇 개를 더 추가해.

2 다음 문장을 베트남어로 써 보세요.

❶ 휴대 전화도 안 들어가.

_____

❷ 잠깐, 돌체 가바나는 누군데?

_____

❸ 그때는 그쪽이 아직 안 태어났지?

_____

정답 확인

1 ① Bây giờ còn ai ~ nữa   ② rồi, chứ đâu còn ~ nữa   ③ Hay là   ④ cho
2 ① Đựng cái điện thoại còn không vừa.   ② Khoan, Dolce Gabanna là ai?   ③ Chắc lúc đó cô chưa sinh ra đời đâu hả?

#13

내가 집을 지켜줄게.

헬렌은 An Khánh(안 칸)의 집을 지켜주겠다고 약속하는 대신
Như Ý(니으 이)가 자신의 회사에서 일을 할 것을 요구한다.

★ 오늘의 핵심 표현

다음 문장을 큰 소리로 세 번씩 읽어보세요.   ▶ TRACK 13_01

❶ Tôi sẽ giữ lại căn nhà cho cô.
내가 집을 지켜줄게.   `1` `2` `3`

....

❷ Nói về cô, hổng có gì để nói.
그쪽에 대해서는 할 말이 없어요.   `1` `2` `3`

....

❸ Cô ấy là một người cực kỳ khó tính.
그분은 아주 까탈스러우신 분이에요.   `1` `2` `3`

....

❹ Thí dụ như cái toilet này.
예를 들어서, 이 화장실은요.   `1` `2` `3`

오늘의 장면 속 핵심 문장을 학습해 봅시다.

　　　　　　　　　　　　　　▶ **TRACK 13_02**

헬렌	Tôi sẽ giữ lại căn nhà cho cô.
	내가 집을 지켜줄게.
	Nhưng cô phải ở lại đây làm công trừ nợ.
	대신 그쪽은 여기서 일하며 빚을 갚아야 돼.
니으 이	Ừ, vậy thì tôi sẽ làm trợ lý cho cô.
	응, 그럼 내가 그쪽의 조수를 할게.

단어 làm công 일하다, 고용되다 ǀ trừ nợ 빚을 갚다 ǀ trợ lý 비서, 조수

　　　　　　　　　　　　　　▶ **TRACK 13_03**

헬렌	Cô nói gì?
	뭐라고?
니으 이	Vậy thì tôi sẽ làm trợ lí cho cô.
	그럼 내가 그쪽의 조수를 하겠다고.
헬렌	Từ từ, cô còn nhiều thứ phải học lắm.
	천천히 해, 아직 배울 게 많아.

단어 vậy thì 그러면 ǀ từ từ 천천히

▶ TRACK 13_04

니으 이   Bà muốn tôi làm cái gì?
내가 뭘 했으면 좋겠어요?

청소원   Nói về cô, hổng có gì để nói.
그쪽에 대해서는 할 말이 없어요.

Nhưng nói về cô Helen, cô ấy là một người cực kỳ khó tính.
하지만 헬렌 사장님에 대해 말하자면, 그분은 아주 까탈스러우신 분이에요.

단어   khó tính (성격이) 까탈스러운

▶ TRACK 13_05

청소원   Thí dụ như cái toilet này.
예를 들어서, 이 화장실은요.

Cô phải thường xuyên lau chùi toilet.
그쪽이 이 화장실을 자주 청소해야 돼요.

Hai ngày một lần? Không.
이틀에 한 번? 노.

Hai lần một ngày? Không.
하루에 두 번? 노.

Hai tiếng một lần. Nghe đây.
두 시간에 한 번. 자, 잘 들어봐.

단어   thường xuyên 자주 | toilet 화장실 | lau chùi 닦다

오늘의 장면 속 다양한 문형을 학습해 봅시다.

> # Tôi sẽ giữ lại căn nhà cho cô.
> 내가 집을 지켜줄게.

🔍 'giữ'는 '지키다, 유지하다'라는 뜻으로, 'giữ lại'의 형태로 쓸 경우 '떠나거나, 잃지 않게끔 무언가를 지키고, 보관하고, 간수하다'라는 의미가 강조됩니다. 'giữ lại A cho B'는 'B를 위해서 A를 지키다' 라는 뜻이 됩니다.

Em giữ lại phần này cho anh nhé.　　　당신은 나를 위해 이 부분을 갖고 있어요.

Hãy giữ lại hạnh phúc cho riêng mình.　내 자신을 위한 행복을 지키세요.

단어 phần này 이 부분 | hạnh phúc 행복 | riêng mình 나만을

> # Nói về cô, hổng có gì để nói.
> 그쪽에 대해서는 할 말이 없어요.

🔍 'nói về A'는 'A에 대해 말하자면, A에 대해 언급하자면'이라는 뜻입니다. 've'는 동사로 '돌아가다, 가다'라는 뜻이 있지만 여기에서는 전치사로 '~에 대해'라는 의미로 사용되었습니다.

Nói về lĩnh vực đồ điện gia dụng thì công ty A nổi tiếng nhất.　　가전제품 분야를 말하자면 A 회사가 가장 유명해요.

Em sẽ chú ý khi nói về chuyện này.　　이 일에 대해 말할 때 주의하겠습니다.

단어 lĩnh vực 분야 | đồ điện gia dụng 가전제품 | chú ý 주의하다

Cô ấy là một người cực kỳ khó tính.

그분은 아주 까탈스러우신 분이에요.

🔍 'cực kỳ'는 '굉장히'라는 뜻으로 'rất (매우)'에 비해서 더 강한 표현입니다.

Anh Tuấn là người cực kỳ khiêm tốn.　　뚜엉 씨는 아주 겸손한 사람이에요.

Tình hình bây giờ cực kỳ nguy cấp.　　지금 상황은 아주 위급해요.

> 단어　khiêm tốn 겸손한 | nguy cấp 위급한

Thí dụ như cái toilet này.

예를 들어서, 이 화장실은요.

🔍 'thí dụ (như)'는 'ví dụ (như)'와 같은 표현으로 '예를 들어'라는 뜻입니다.

Chúng ta nên tìm thị trường mới.　　우리는 새로운 시장을 알아보는 게 좋겠어요.
Thí dụ như Thái Lan, Lào v.v..　　예를 들면 태국, 라오스 등이요.

Đến đó em có thể ăn nhiều loại món　　거기 가면 많은 종류의 음식을 먹을 수 있어.
ăn. Ví dụ như phở, bánh xèo v.v..　　예를 들어 쌀국수, 반쌔오 등.

> 단어　thị trường 시장 | Thái Lan 태국 | Lào 라오스 | món ăn 음식

오늘의 장면을 떠올리며 문제를 풀어보세요.

1   보기에서 적절한 단어를 골라서 대화를 완성하세요.

보기	nói về thí dụ như từ từ cực kỳ

❶ _____, cô còn nhiều thứ phải học lắm.

천천히 해, 아직 배울 게 많아.

❷ Nhưng _____ cô Helen, cô ấy là một người _____ khó tính.

헬렌 사장님에 대해 말하자면, 그분은 아주 까탈스러우신 분이에요.

❸ _____ cái toilet này.

예를 들어서, 이 화장실은요.

❹ _____ cô, hổng có gì để nói.

그쪽에 대해서는 할 말이 없어요.

2   다음 문장을 베트남어로 써 보세요.

❶ 내가 뭘 했으면 좋겠어요?

_____

❷ 내가 (너를 위해) 집을 지켜줄게.

_____

❸ 그쪽이 이 화장실을 자주 청소해야 돼요.

_____

정답 확인

1 ① Từ từ   ② nói về, cực kỳ   ③ Thí dụ như   ④ nói về

2 ① Bà muốn tôi làm cái gì?   ② Tôi sẽ giữ lại căn nhà cho cô.   ③ Cô phải thường xuyên lau chùi toilet.

오늘의 장면

힘든 하루를 보낸 후 귀가한 Như Ý(니으 이)는 오늘도 술에 취해 있는
An Khánh(안 칸)을 보고 화가 나서 싸운다.

★오늘의 핵심 표현

다음 문장을 큰 소리로 세 번씩 읽어보세요.   ▶ TRACK 14_01

❶ Sao rồi? Con Thanh Loan dẹp tiệm chưa?   `1` `2` `3`
어떻게 됐어? Thanh Loan(탄 로안) 폐업했어?

❷ Dẹp thì dẹp.   `1` `2` `3`
폐업하면 폐업하는 거지.

❸ Sao giờ này còn hỏi tui?   `1` `2` `3`
지금 나한테 묻는 거야?

❹ Gối ra gối, vải ra vải, móc ra móc.   `1` `2` `3`
베개는 베개대로, 원단은 원단대로, 옷걸이는 옷걸이대로 정리해.

오늘의 장면 속 핵심 문장을 학습해 봅시다.

핵심 장면 ❶

TRACK 14_02

양 칸
Sao rồi? Con Thanh Loan dẹp tiệm chưa?
어떻게 됐어? Thanh Loan(탄 로앙) 폐업했어?

니으 이
Bà dẹp tiệm thì có.
당신이나 폐업하겠지.

Cái tiệm Thanh Nữ này bà cũng dẹp.
이 Thanh Nữ(탄 느) 가게도 망하게 했고.

Rồi đến cái nhà của má, bà cũng dẹp.
엄마의 집까지 망하게 했어.

단어 dẹp tiệm 폐업하다 | ~ thì có (그게 아니라) ~이겠지 / ~이거든 | dẹp 치우다

핵심 장면 ❷

TRACK 14_03

니으 이
Bà dẹp hết rồi còn cái gì nữa
다 없애버렸으니 뭐가 남아 있겠어?

양 칸
Dẹp thì dẹp. Tao vẫn sống khỏe.
폐업하면 폐업하는 거지. 나는 여전히 잘 지내.

니으 이
Hả? Bà sống khỏe hả?
뭐? 잘 지낸다고?

Bà sống khỏe bằng lòng thương hại của con Thanh Loan đó.
너는 Thanh Loan(탄 로앙)의 동정심으로 잘 지내는 거잖아.

단어 bằng (으)로 | lòng thương hại 동정심

TRACK 14_04

니으 이　　Làm cái gì trước?
　　　　　　뭐부터 먼저 해야 되는데요?

청소원　　Sao giờ này còn hỏi tui?
　　　　　　지금 나한테 묻는 거야?

단어 동사 + trước 먼저 ~하다

TRACK 14_05

청소원　　Vô xếp gọn gàng mấy cái đống này lại nè. Nhanh lên.
　　　　　　이것들 깔끔하게 정리해. 빨리.

　　　　　　Nè, nhanh tay vô đi.
　　　　　　야, 빨리해.

　　　　　　Kìa, ma nơ canh vô ma nơ canh, gối ra gối, vải ra vải,
　　　　　　móc ra móc.
　　　　　　저기, 마네킹은 마네킹대로, 베개는 베개대로, 원단은 원단대로, 옷걸이는
　　　　　　옷걸이대로 정리해.

단어 xếp 정리하다 | gọn gàng 깔끔한 | đống 덩어리 | nhanh tay ~ 빨리 ~하다 |
ma nơ canh 마네킹 | gối 베개 | móc 걸이

오늘의 장면 속 다양한 문형을 학습해 봅시다.

> ## Sao rồi? Con Thanh Loan dẹp tiệm chưa?
> 어떻게 됐어? Thanh Loan(탄 로앙) 폐업했어?

🔍 'sao rồi?'는 'ra sao rồi?'의 줄임말로 '어떻게 되었어?'라는 뜻입니다. '동사 + chưa?'는 '~했어?'라는 뜻으로 '행동의 유무'를 물어볼 때 사용합니다.

Sao rồi? Em đã đăng ký bảo lưu chưa?　어떻게 됐어? 휴학 신청했어?

Sao rồi? Anh đã giải thích rõ ràng chưa?　어떻게 됐어요? 잘 설명했나요?

> 단어　bảo lưu 유보하다, 휴학하다 | giải thích 설명하다 | rõ ràng 명확한

> ## Dẹp thì dẹp.
> 폐업하면 폐업하는 거지.

🔍 '동사 thì 동사'는 '~하면 ~하는 거지'라는 뜻으로, 해당 행동을 하는데 두려움이 없고, 거리낌 없을 때 사용합니다.

Thuyết trình thì thuyết trình.　발표하면 발표하는 거지.
Không có gì phải sợ.　두려워할 필요 없어.

Làm thì làm, đừng hối nữa.　하면 하는 거죠. 재촉하지 마세요.

> 단어　thuyết trình 발표하다 | hối 재촉하다

Sao giờ này còn hỏi tui?

지금 나한테 묻는 거야?

🔍 'sao giờ này còn A?'는 '왜 아직까지 A해?'라는 뜻으로, '왜 여태 A를 하고 있는 지'를 물을 때 사용합니다.

Sao giờ này còn chưa xuất phát?   왜 아직까지 출발하지 않아요?

Sao giờ này còn thức vậy?   왜 아직까지 잠을 안 자요?

> 단어 xuất phát 출발하다 | thức 잠을 안 자다, 깨다

Gối ra gối, vải ra vải, móc ra móc.

베개는 베개대로, 원단은 원단대로, 옷걸이는 옷걸이대로 정리해.

🔍 '명사 ra 명사' 혹은 '동사 ra 동사'는 '해당 사물의 성질 혹은 동작의 의미에 맞게 해라'라고 표현할 때 사용합니다.

Làm ra làm, chơi ra chơi.   일할 때 열심히 일하고, 놀 때 열심히 놀아요.

Khi làm việc thì phải công ra công,   일할 때에는 공은 공이고, 사는 사대로 처리
tư ra tư.   해야 해요.

> 단어 công 공적인 | tư 사적인

오늘의 장면을 떠올리며 문제를 풀어보세요.

1 보기에서 적절한 단어를 골라서 대화를 완성하세요.

> 보기   sao giờ này còn   ra   trước   thì có

❶ Làm cái gì _____?

뭐부터 먼저 해야 되는데요?

❷ Bà dẹp tiệm _____.

당신이나 폐업하겠지.

❸ _____ hỏi tui?

지금 나한테 묻는 거야?

❹ Gối _____ gối, vải _____ vải, móc _____ móc.

베개는 베개대로, 원단은 원단대로, 옷걸이는 옷걸이대로 정리해.

2 다음 문장을 베트남어로 써 보세요.

❶ 폐업하면 폐업하는 거지. 나는 여전히 잘 지내.

_____

❷ 이것들 깔끔하게 정리해.

_____

❸ 제 도움이 필요하면, 언제든지요.

_____

#15

돈 열심히 벌어.

 오늘의 장면

**현재 사이공의 최고 스타에게 디자인을 선택받아야 헬렌처럼 유명한 디자이너가
되고 자신의 집을 지킬 수 있다는 사실을 깨닫게 된다.**

★ 오늘의 핵심 표현

다음 문장을 큰 소리로 세 번씩 읽어보세요.   ▶ TRACK 15_01

① Trứng gì mà mặn dạ?
무슨 계란이 이렇게 짜?   [1] [2] [3]

② Không phải là đệ nhất thanh lịch, mà là nhà
thiết kế quyền lực nhất bây giờ.   [1] [2] [3]
미스 사이공은 아니고, 현재 가장 권위있는 디자이너야.

③ Hèn gì xí xa xí xọn với mình.
어쩐지 나한테 잘난체한다 했어.   [1] [2] [3]

④ Tao thấy trứng ngon mà, đâu có mặn gì đâu.
계란 맛있는데, 하나도 안 짜네.   [1] [2] [3]

오늘의 장면 속 핵심 문장을 학습해 봅시다.

핵심 장면 ❶

 TRACK 15_02

앙 칸 Ăn đi. Toàn những món mình thích không đó.
먹어. 전부 다 우리가 좋아하는 음식이야.

니으 이 Trứng gì mà mặn dạ?
무슨 계란이 이렇게 짜?

앙 칸 Thì tao đâu phải đầu bếp của nhà hàng Đồng Khánh đâu.
나는 Đồng Khánh(돔 칸) 레스토랑 요리사가 아니잖아.

Ráng kiếm tiền đi. Mai mốt mướn osin.
돈 열심히 벌어. 나중에 가사도우미 고용하게.

단어 toàn (là) ~ 전부/온통 ~이다 | trứng 계란 | mặn 짠 | đầu bếp 요리사 | mai mốt 나중에

핵심 장면 ❷

TRACK 15_03

니으 이 Bộ con Helen đang là đệ nhất thanh lịch Sài Gòn này hả?
헬렌 얘가 지금 미스 사이공이야?

앙 칸 Không phải là đệ nhất thanh lịch,
미스 사이공은 아니고,

mà là nhà thiết kế quyền lực nhất bây giờ.
현재 가장 권위있는 디자이너야.

단어 bộ ~ hả? 설마 ~인 건가요? | quyền lực 권력

TRACK 15_04

양 칸   Nhưng mà tao thấy con nhỏ này dạng vừa thôi,
근데 내가 보기에 걔는 그냥 보통내기야,

chứ không phải là dạng rộng.
대단한 정도는 아냐.

니으 이   Hèn gì xí xa xí xọn với mình.
어쩐지 나한테 잘난체한다 했어.

단어   dạng 모양 | rộng 넓은 | xí xa xí xọn 잘난체하다

TRACK 15_05

양 칸   Tao thấy trứng ngon mà, đâu có mặn gì đâu.
계란 맛있는데, 하나도 안 짜네.

Nó chỉ bị lẫn cái vỏ trứng thôi.
계란 껍질만 조금 섞인 것 뿐이지.

단어   bị lẫn 섞이다 | chỉ ~ thôi 단지 ~할 뿐이다 | vỏ 껍질

오늘의 장면 속 다양한 문형을 학습해 봅시다.

> ## Trứng gì mà mặn dạ?
> 무슨 계란이 이렇게 짜?

🔍 'A gì mà B (vậy)?'는 '무슨 A가 이렇게 B해'라는 뜻으로, 즉 'A가 너무 B하다'라는 의미입니다. 남부 지역에서는 'vậy'를 발음 할 때 'dạ'처럼 발음할 때 가 많습니다.

Bài tập gì mà khó vậy?	무슨 과제가 이렇게 어려워요?
Đường gì mà tắc quá?	무슨 길이 이렇게 막혀요?

> 단어 bài tập 과제, 숙제 | tắc 막히다

> ## Không phải là đệ nhất thanh lịch,
> ## mà là nhà thiết kế quyền lực nhất bây giờ.
> 미스 사이공은 아니고, 현재 가장 권위있는 디자이너야.

🔍 'Không phải (là) A mà là B'는 'A가 아니라 B이다'입니다. A와 B에는 주로 '명사'가 옵니다.

Không phải chị Linh, mà là chị Lan.	링 씨가 아니고, 란 씨였어요.
Không phải là mua, mà là được tặng.	산 것이 아니고, 선물받은 거예요.

> 단어 được tặng 선물받다

Hèn gì xí xa xí xọn với mình.

어쩐지 나한테 잘난 체한다 했어.

🔍 'hèn gì'는 '어쩐지~'라는 뜻으로, 'thảo nào'도 같은 의미입니다.

Ngon thế này, hèn gì ở đây đông khách quá.

이렇게 맛있으니 어쩐지 여기에 손님이 많다 했어요.

Anh ấy ngủ quên, hèn gì không đến.

그는 못 일어났대요, 어쩐지 안 온다 했어요.

> 단어 đông khách 손님이 많은 | ngủ quên 잊고 자다

Tao thấy trứng ngon mà, đâu có mặn gì đâu.

계란 맛있는데, 하나도 안 짜네.

🔍 'đâu có A đâu'는 'không có A đâu'와 같은 표현으로 'A하지 않아'= 'A하긴 뭘 A해'라는 뜻입니다. '강한 부정'을 표현할 때 사용하며, 가장 기본적인 형태는 'không + 동사 + đâu'입니다.

Em đâu có để quên đâu.

나는 놓고 가지 않았어요.
(= 나는 챙겨 왔어요.)

Anh đâu có tò mò gì đâu.

나는 아무것도 궁금하지 않아요.

> 단어 để quên 놓고 가다, 놓고 오다 | tò mò 궁금하다

오늘의 장면을 떠올리며 문제를 풀어보세요.

1 보기에서 적절한 단어를 골라서 대화를 완성하세요.

보기 **đâu có ~ đâu** **mai mốt** **hèn gì** **toàn**

❶ _____ những món mình thích không đó.
전부 다 우리가 좋아하는 음식이야.

❷ _____ mướn osin.
나중에 가사도우미 고용하게.

❸ _____ xí xa xí xọn với mình.
어쩐지 나한테 잘난 체한다 했어.

❹ Tao thấy trứng ngon mà, _____ mặn gì _____.
계란 맛있는데, 하나도 안 짜네.

2 다음 문장을 베트남어로 써 보세요.

❶ 나는 Đồng Khánh(돔 칸) 레스토랑 요리사가 아니잖아.
_____

❷ 무슨 계란이 이렇게 짜?
_____

❸ 계란 껍질만 조금 섞인 것 뿐이지.
_____

#16 입을 수 있는 사람이 없으니까.

 오늘의 장면

**헬렌과 수석 디자이너는 늦게까지 남아,
고객에게 선보일 새로운 컬렉션에 대한 회의를 한다.**

★오늘의 핵심 표현

다음 문장을 큰 소리로 세 번씩 읽어보세요.

▶ TRACK 16_01

❶ Dĩ nhiên là không được.
당연히 안 되죠.

`1` `2` `3`

....

❷ Có biết còn mấy ngày nữa là deadline không?
며칠 후면 마감이라는 거 알아?

`1` `2` `3`

....

❸ Cái này không ai làm ở Việt Nam hết á.
이거는 베트남에서 아무도 안 해요.

`1` `2` `3`

....

❹ Vì có ai mặc nổi đâu mà làm.
입을 수 있는 사람이 없으니까.

`1` `2` `3`

★영화 속 바로 이 장면

오늘의 장면 속 핵심 문장을 학습해 봅시다.

 # 핵심 장면 ①

 TRACK 16_02

뚜엉 Đây là google, công cụ tìm kiếm.
이거는 구글이래요. 검색하는 도구예요.

Như Ý có thể tìm bất cứ thứ gì trên đây.
여기에서 뭐든 다 검색할 수 있어요.

니으 이 Ê. Có cái nón chấm bi, tôi bị mất ở năm 67, tìm được không?
야. 물방울 무늬 모자 있잖아, 67년에 잃어버렸는데 찾을 수 있어?

뚜엉 Dĩ nhiên là không được.
당연히 안 되죠.

> **단어** công cụ 도구 | tìm kiếm 검색하다, 찾다 | bất cứ thứ gì 아무거나, 아무것도 |
> nón 모자 | chấm bi 물방울 무늬

 # 핵심 장면 ②

TRACK 16_03

헬렌 Cứ may gối đầu đi.
그냥 비상용으로 만들어 놓아.

Trend mùa này chỉ vòng vòng mấy thứ thập niên 60 thôi.
이번 계절의 트렌드는 60년대 것들이야.

Có biết còn mấy ngày nữa là deadline không?
며칠 후면 마감이라는 거 알아?

> **단어** 동사 + gối đầu 비상용으로 ~하다 / 일단 ~하다 | mùa 시즌, 계절 | vòng vòng 돌아다니다

헬렌	Courrège, Dior, Paco Rabanne, chinh phục mặt trăng. Courrège, Dior, Paco Rabanne, 달 정복.
수석 디자이너	Cái này không ai làm ở Việt Nam hết á. 이거는 베트남에서 아무도 안 해요.
헬렌	Vì có ai mặc nổi đâu mà làm. 입을 수 있는 사람이 없으니까.

단어 chinh phục 정복하다 | mặt trăng 달

헬렌	Tôi không cần biết. 나는 알고 싶지도 않고. Sáng mai tôi muốn thấy cái gì mới lạ. 그냥 내일까지 참신한 것만 보고 싶어. Nếu không thì đừng có mất công diện đồ đi làm nữa nha. 못하겠으면 더 이상 차려입고 출근할 필요 없어.

단어 mới lạ 참신한 | mất công 헛수고하다 | diện đồ 옷을 차려입다

오늘의 장면 속 다양한 문형을 학습해 봅시다.

Dĩ nhiên là không được.

당연히 안 되죠.

🔍 dĩ nhiên는 '당연한'이라는 뜻으로, 뒤에 절을 연결해주는 là를 붙여서 '당연히 ~하다'를 표현합니다. 'dĩ nhiên là' 외에 'đương nhiên là' 혹은 'tất nhiên là'와 같이 다양한 표현으로 사용할 수 있습니다.

Dĩ nhiên là em sẽ có mặt chứ.　　　당연히 나는 참석하지.

Hãng đó tốt mà, đương nhiên là mắc rồi.　그 브랜드 좋잖아요, 당연히 비싸죠.

> 단어 có mặt 참석하다 | hãng 브랜드

Có biết còn mấy ngày nữa là deadline không?

며칠 후면 마감이라는 거 알아?

🔍 'còn + 기간 + nữa là + A'는 '~기간만 있으면 A이다'라는 뜻입니다. '기간'이 늘어갈 때만 해당 뜻이 될 수 있는 점 기억해 주세요.

Chỉ còn 2 ngày nữa là hàng sẽ về.　　2일 후면 물건이 도착할 거예요.

Còn mấy hôm nữa là đến sinh nhật em vậy?　며칠 후면 너의 생일이야?

> 단어 hàng 물건, 제품 | hôm 날, 일 | sinh nhật 생일

Cái này không ai làm ở Việt Nam hết á.

이거는 베트남에서 아무도 안 해요.

🔍 'không ai + 동사/형용사 + hết'은 '아무도 ~하지 않는다'라는 뜻으로 'không ai + 동사/형용사 + đâu' 으로도 사용할 수 있습니다.

Không ai nói với em hôm nay họp hết.

아무도 저에게 오늘 회의가 있다는 것을 말해주지 않았어요.

Hôm qua, không ai vắng mặt hết.

어제 아무도 결석하지 않았어요.

> 단어 họp 회의하다 | vắng mặt 결석하다

Vì có ai mặc nổi đâu mà làm.

입을 수 있는 사람이 없으니까.

🔍 'có ai A đâu mà B'는 'A할 사람도 없는데 뭐하러 B해.'라는 표현으로 'B할 필요가 없음'을 강조할 때 사용합니다. 친한 사이나 편한 사이에만 쓰는 표현입니다.

Có ai hối đâu mà vội.

재촉할 사람이 없는데 뭐하러 서둘러요.

Có ai gọi đâu mà đi phỏng vấn.

부를 사람이 없는데 뭐하러 면접보러 가요.

> 단어 vội 서둘러, 급히 | phỏng vấn 면접하다

오늘의 장면을 떠올리며 문제를 풀어보세요.

1 보기에서 적절한 단어를 골라서 대화를 완성하세요.

> 보기 dĩ nhiên là mất công bất cứ thứ gì có ai ~ đâu mà

❶ Như Ý có thể tìm _____ trên đây.

여기에서 뭐든 다 검색할 수 있어요.

❶ Nếu không thì đừng có _____ diện đồ đi làm nữa nha.

못하겠으면 더 이상 차려입고 출근할 필요 없어.

❶ _____ không được.

당연히 안 되죠.

❶ Vì _____ mặc nổi _____ làm.

입을 수 있는 사람이 없으니까.

2 다음 문장을 베트남어로 써 보세요.

❶ 나는 알고 싶지도 않고.

_____

❷ 며칠 후면 마감이라는 거 알아?

_____

❸ 이거는 베트남에서 아무도 안 해요.

_____

#17 친애하는 여러분.

**헬렌의 수석 디자이너인 Hiển(히잉)은
Như Ý(니으 이)의 도움으로 40개의 새로운 디자인을 완성한다.**

★ 오늘의 핵심 표현

다음 문장을 큰 소리로 세 번씩 읽어보세요.
▶ **TRACK 17_01**

❶ Tôi nghĩ là đâu nhất thiết anh phải tập trung
hết vào Polka Dots. `1` `2` `3`
내 생각에는 꼭 폴카닷에만 집중할 필요는 없어요.

❷ Như là Biba nè, MOD nè, Hippie nè. `1` `2` `3`
예를 들어서 비바도 있고, MOD도 있고, 히피도 있어요.

❸ Miễn sao giữ lại được cái palette màu chuẩn
của cả bộ sưu tập là được rồi. `1` `2` `3`
컬렉션의 표준 팔레트를 유지하기만 하면 되죠.

❹ Kính thưa quý vị `1` `2` `3`
친애하는 여러분.

★영화 속 바로 이 장면

오늘의 장면 속 핵심 문장을 학습해 봅시다.

핵심 장면 ❶

 TRACK 17_02

수석 디자이너	Cô chưa về nữa hả? 아직 안 갔어요?
니으 이	Tôi nghĩ là đâu nhất thiết anh phải tập trung hết vào Polka Dots. 내 생각에는 꼭 폴카닷에만 집중할 필요는 없어요.

단어 tập trung ~ vào ~에 집중하다

핵심 장면 ❷

 TRACK 17_03

니으 이	Vẫn có thể bung ra các nhánh khác của thập niên 60 mà. 60년대의 다른 부분으로 풀어낼 수 있잖아요. Như là Biba nè, MOD nè, Hippie nè. 예를 들어서 비바도 있고, MOD도 있고, 히피도 있어요.

단어 bung ra 풀다, 터뜨리다 | nhánh 가지 | khác 다른 | như là 예를 들면

TRACK 17_04

니으 이　Miễn sao giữ lại được cái palette màu chuẩn của cả bộ sưu tập là được rồi.
컬렉션의 표준 팔레트를 유지하기만 하면 되죠.

**수석
디자이너**　Nhưng mà...
하지만...

니으 이　Biết rồi, biết rồi.
알았어, 알았어요.

Cái thời đại này hổng thích pop-art sặc sỡ chứ gì?
이 시대는 화려한 팝아트를 안 좋아하죠?

단어 màu 색깔 | chuẩn 표준 | bộ sưu tập 컬렉션 | thời đại 시대 | sặc sỡ 화려한

TRACK 17_05

**수석
디자이너**　Kính thưa quý vị
(친애하는) 여러분.

Đây là bộ sưu tập mới nhất của công ty chúng tôi.
이것은 우리 회사의 최신 컬렉션입니다.

Được lấy ý tưởng từ những trang phục thập niên 60.
60년대 의상에서 영감을 받았습니다.

단어 quý vị 귀빈 여러분 | lấy ~ từ ~에서 받다/얻다 | ý tưởng 아이디어 | trang phục 의상

오늘의 장면 속 다양한 문형을 학습해 봅시다.

> # Tôi nghĩ là đâu nhất thiết anh phải tập trung hết vào Polka Dots.
>
> 내 생각에는 꼭 폴카닷에만 집중할 필요는 없어요.

🔍 nhất thiết은 '꼭, 반드시'라는 뜻입니다. 'đâu nhất thiết + 주어 + phải + 동사'는 '꼭 ~해야 할 필요는 없다'라는 의미로 어떤 일에 대해 진행할 필요가 없음을 표현할 때 사용 가능합니다.

Đâu nhất thiết em phải đăng ký thành viên, có thể dùng thử trước mà.	꼭 회원 가입할 필요는 없어요, 먼저 체험해 볼 수 있잖아요.
Em thấy, đâu nhất thiết mình phải làm giống như vậy.	제가 볼 때, 우리가 그렇게 똑같이 할 필요는 없어요.

> 단어 thành viên 회원 | giống 같은, 닮은

> # Như là Biba nè, MOD nè, Hippie nè.
>
> 예를 들어서 비바도 있고, MOD도 있고, 히피도 있어요.

🔍 'A도 있고, B도 있고, C도 있고'라는 뜻으로 'A nè, B nè, C nè' 표현을 사용하여 나열을 나타냅니다. nè 대신에 này로도 사용힐 수 있지만 베트남 남부 지역에서는 nè를 더 많이 사용합니다.

Em rất thích những đồ trang trí nhà cửa. Tinh dầu thơm nè, nến thơm nè, thảm nè.	집 인테리어 용품을 아주 좋아해요. 디퓨저, 향초, 카펫 등이요.
Anh đã đi du lịch nhiều nơi ở Việt Nam: Hà Nội nè, Đà Nẵng nè, Hội An nè.	나는 베트남에서 여행을 많이 가 봤는데 하노이, 다낭, 호이안을 갔어요.

> 단어 trang trí 인테리어하다 | nhà cửa 집 | tinh dầu thơm 디퓨저 | nến thơm 향초 | thảm 카펫

Miễn sao giữ lại được cái palette màu chuẩn của cả bộ sưu tập là được rồi.

컬렉션의 표준 팔레트를 유지하기만 하면 되죠.

🔍 'miễn sao A = A là được (rồi) = miễn sao A là được (rồi)' 두 표현 모두 사용할 수 있으며, '어떻게 해서든 A만 하면 된다'라는 뜻이 됩니다.

Miễn sao giữ đúng hạn thanh toán là được rồi.	결제 기한을 지키기만 하면 돼요.
Miễn sao đi an toàn là được rồi.	안전하게 가기만 하면 돼요.

단어 **giữ đúng** 잘 지키다 | **hạn** 기한 | **thanh toán** 결제하다 | **an toàn** 안전한

Kính thưa quý vị

친애하는 여러분.

🔍 'kính thưa + 호칭'은 '친애하는 ~'이라는 표현으로, 평상시 보다는, 사회를 볼 때, 연설할 때, 방송 등에서 주로 사용합니다.

Kính thưa các quý vị đại biểu.	대표자 여러분.
Kính thưa các thầy cô.	교수님 여러분.

단어 **đại biểu** 대표자

오늘의 장면을 떠올리며 문제를 풀어보세요.

1 보기에서 적절한 단어를 골라서 대화를 완성하세요.

> 보기   nè   kính thưa   miễn sao ~ là được rồi   lấy ~ từ

❶ _____ quý vị.

여러분.

❷ Được _____ ý tưởng _____ những trang phục thập niên 60.

60년대 의상에서 영감을 받았습니다.

❸ Như là Biba _____, MOD _____, Hippie _____.

예를 들어서 비바도 있고, MOD도 있고, 히피도 있어요.

❹ _____ giữ lại được cái palette màu chuẩn của cả bộ sưu tập

_____.

컬렉션의 표준 팔레트를 유지하기만 하면 되죠.

2 다음 문장을 베트남어로 써 보세요.

❶ 이것은 우리 회사의 최신 컬렉션입니다.

_____

❷ 당신은 아직 안 갔어요?

_____

❸ 내 생각에는 꼭 폴카닷에만 집중할 필요는 없어요.

_____

정답 확인

1 ① Kính thưa   ② lấy ~ từ   ③ nè, nè, nè   ④ miễn sao ~ là được rồi

2 ① Đây là bộ sưu tập mới nhất của công ty chúng tôi.   ② Cô chưa về nữa hả?
   ③ Tôi nghĩ là đâu nhất thiết anh phải tập trung hết vào Polka Dots.

다른 방법이 없으니까요.

Như Ý(니으 이)가 자신이 디자인한 옷들을 고객 앞에서 발표하는데...

★ 오늘의 핵심 표현

다음 문장을 큰 소리로 세 번씩 읽어보세요.   ▶ TRACK 18_01

① Bởi vì không còn cách nào khác.   `1` `2` `3`
다른 방법이 없으니까요.

② Nên hầu như tất cả mọi người đều tập trung
vào "Mod Jack", rất thành thị và rực rỡ.   `1` `2` `3`
그래서 거의 모든 사람이 도시적이고 찬란한 느낌의 'Mod Jack'
에 집중했습니다.

③ Và đó cũng chính là thông điệp mới của nhà
Helen cho mùa mode xuân hè 2017.   `1` `2` `3`
이것이 바로 2017년 SS 헬렌 브랜드의 새로운 메시지입니다.

④ Vậy chừng nào chúng ta ký được hợp đồng?   `1` `2` `3`
그럼 우리는 언제 계약 체결을 할 수 있죠?

오늘의 장면 속 핵심 문장을 학습해 봅시다.

 # 핵심 장면 ❶

 TRACK 18_02

수석 디자이너

Như Ý đã là người giúp tôi.
Như Ý(니으 이)는 나를 도와준 사람이에요.

Bởi vì không còn cách nào khác.
다른 방법이 없으니까요.

Sáng nay nhà đầu tư tới rồi.
오늘 아침에 투자자가 오잖아요.

Mình cần phải trình bày bộ sưu tập mới nữa.
새로운 컬렉션도 발표해야 되고.

단어 bởi vì ~ ~이기 때문에 | cách 방법 | nhà đầu tư 투자자

 # 핵심 장면 ❷

 TRACK 18_03

니으 이

Luân Đôn đã xuất khẩu âm nhạc và thời trang đi khắp thế giới.
런던은 음악과 패션을 전세계로 수출했습니다.

Nên hầu như tất cả mọi người đều tập trung vào "Mod Jack", rất thành thị và rực rỡ.
그래서 거의 모든 사람이 도시적이고 찬란한 느낌의 'Mod Jack'에 집중했습니다.

단어 Luân Đôn 런던 | xuất khẩu 수출하다 | âm nhạc 음악 | khắp 모든 | hầu như 거의 | rực rỡ 찬란한

헬렌   Và đó cũng chính là thông điệp mới của nhà Helen
cho mùa mode xuân hè 2017.
이것이 바로 2017년 SS 헬렌 브랜드의 새로운 메시지입니다.

Một sự về nguồn đầy ngoạn mục nhưng vẫn mang
một hơi thở của thời đại mới.
'원조'의 눈부신 귀환, 하지만 현대적 감성을 갖고 있죠.

**짱 응오의
직원**   Mãi yêu!
영원히 사랑해요!

단어   thông điệp 메시지 | xuân 봄 | hè 여름 | ngoạn mục 아름다운 | hơi thở 숨 |
mãi 오래도록

**짱 응오의
직원**   Bộ sưu tập này sẽ ra hàng loạt tại 36 chuỗi cửa hàng.
이 컬렉션은 36개 지점에서 대량으로 출시될 예정입니다.

헬렌   Vậy chừng nào chúng ta ký được hợp đồng?
그럼 우리는 언제 계약 체결을 할 수 있죠?

단어   hàng loạt 대량의, 대규모의 | chuỗi 일련 | cửa hàng 스토어 | ký 사인하다 |
hợp đồng 계약

오늘의 장면 속 다양한 문형을 학습해 봅시다.

> # Bởi vì không còn cách nào khác.
> 다른 방법이 없으니까요.

🔍 'không còn A nào B'는 'B한 A는 더이상 없다'라는 뜻으로 여기에서 'còn'은 '남다, 남아있다'의 의미로, 'không còn'은 '더이상 남아있지 않다'라는 뜻입니다.

Không còn loại nào dùng bền hơn đâu.　　더 튼튼한 제품은 없어요.

Không còn cái nào cỡ M à?　　　　　　　M 사이즈가 더 없어요?

> **단어**　bền 견고한 | cỡ 사이즈

> # Nên hầu như tất cả mọi người đều tập trung vào "Mod Jack", rất thành thị và rực rỡ.
> 그래서 거의 모든 사람이 도시적이고 찬란한 느낌의 'Mod Jack'에 집중했습니다.

🔍 'tất cả mọi người đều A'는 '모든 사람이 A하다'라는 뜻으로, 'mọi người'만 사용해도 '모든 사람'이라는 뜻이 되지만 베트남에서는 'tất cả + mọi người' 형태로 주로 사용합니다. 여기에서 'đều'는 의미는 없지만 '주어 + đều + 술어'의 형태로 쓰이며, 복수의 주어가 공통된 성질 혹은 행동을 할 때 사용하면 그 의미를 더욱 매끄럽게 만들어줍니다.

Tất cả mọi người đều sẽ được nhận thưởng.　　　　　　　　　　　　　모두 상을 받을 거예요.

Tất cả mọi người đều phải đeo thẻ nhân viên.　　　　　　　　　　　　누구나 사원증을 착용해야 해요.

> **단어**　nhận thưởng 상을 받다 | đeo 착용하다, 끼다 | thẻ nhân viên 사원증

Và đó cũng **chính là** thông điệp mới của nhà Helen cho mùa mode xuân hè 2017.

이것이 바로 2017년 SS 헬렌 브랜드의 새로운 메시지입니다.

🔍 'A **chính là** B'는 'A가 바로 B이다'라는 뜻입니다. 단순한 개념을 정할 때 사용하는 là보다 **chính là**는 '다른 것이 아닌 A가 바로 ~이다'의 의미를 더 강조합니다.

Đây **chính là** quy định mới của công ty.   이것은 바로 회사의 새로운 규정이에요.

Đó **chính là** mục tiêu của tôi.   그것은 바로 저의 목표예요.

단어 quy định 규정 | mục tiêu 목표

Vậy **chừng nào** chúng ta ký được hợp đồng?

그럼 우리는 언제 계약 체결을 할 수 있죠?

🔍 'chừng nào'는 '언제'라는 뜻으로 'khi nào = bao giờ'와 같은 표현이지만, chừng nào는 '언제쯤이면'이라는 뉘앙스가 강하기 때문에, '미래'에 대한 표현에만 사용합니다.

Chừng nào đến lượt của em vậy?   제 차례가 언제인가요?

Chừng nào chúng ta có thể gặp nhỉ?   우리가 언제 만날 수 있을까요?

단어 lượt 차례

오늘의 장면을 떠올리며 문제를 풀어보세요.

1   보기에서 적절한 단어를 골라서 대화를 완성하세요.

> 보기
>
> mãi   nhà đầu tư   hàng loạt   chừng nào

❶ Bộ sưu tập này sẽ ra _____ tại 36 chuỗi cửa hàng.

이 컬렉션은 36개 지점에서 대량으로 출시될 예정입니다.

❷ Vậy _____ chúng ta ký được hợp đồng?

그럼 우리는 언제 계약 체결을 할 수 있죠?

❸ _____ yêu!

영원히 사랑해요!

❹ Sáng nay _____ tới rồi.

오늘 아침에 투자자가 오잖아요.

2   다음 문장을 베트남어로 써 보세요.

❶ 다른 방법이 없으니까요.

_____

❷ 새로운 컬렉션도 발표해야 되고.

_____

❸ 런던은 음악과 패션을 전세계로 수출했습니다.

_____

정답 확인

1 ① hàng loạt   ② chừng nào   ③ Mãi   ④ nhà đầu tư

2 ① Bởi vì không còn cách nào khác.   ② Mình cần phải trình bày bộ sưu tập mới nữa.
    ③ Luân Đôn đã xuất khẩu âm nhạc và thời trang đi khắp thế giới.

#19 왜 그 아줌마랑 그렇게 똑같이 생겼어?

 오늘의 장면

Như Ý(니으 이)의 디자인이 현재 사이공에서 핫이슈가 되었다.
헬렌은 그런 Như Ý(니으 이)의 정체를 파헤지고자
동생에게 Như Ý(니으 이)에 대해 물어본다.

★오늘의 핵심 표현

다음 문장을 큰 소리로 세 번씩 읽어보세요.   ▶ TRACK 19_01

❶ Thì hết việc rồi về!
일이 끝났으니깐 들어온거지!
| 1 | 2 | 3 |

❷ Tối ngày toàn chui đầu vô mấy cái thứ quá khứ.
하루 종일 과거 따위에만 몰두해.
| 1 | 2 | 3 |

❸ Chị lấy đâu ra tấm hình này vậy?
이 사진은 어디서 꺼냈어?
| 1 | 2 | 3 |

❹ Sao nó giống bả y chang vậy?
왜 그 아줌마랑 그렇게 똑같이 생겼어?
| 1 | 2 | 3 |

오늘의 장면 속 핵심 문장을 학습해 봅시다.

 # 핵심 장면 ❶

 TRACK 19_02

헬렌	Đáp đất chưa? Chị nói chuyện chút. 정신 차렸어? 잠깐 얘기해.
뚜엉	Ủa? Sao hôm nay về sớm vậy? 엥? 오늘은 왜 이렇게 일찍 들어왔어?
헬렌	Thì hết việc rồi về! 일이 끝났으니깐 들어온거지!

단어 đáp đất 착륙하다 | 동사 + chút 조금 ~하다

 # 핵심 장면 ❷

TRACK 19_03

뚜엉	Chị mà hết việc thì chắc công ty này cũng đóng cửa. 누나가 일이 없다고 하면, 회사도 문 닫을 때가 됐나 보네.
헬렌	Tối ngày toàn chui đầu vô mấy cái thứ quá khứ. 하루 종일 과거 따위에만 몰두해.
	Lo mà tập trung làm ăn đi nha. 사업에나 집중해.

단어 chui đầu 머리를 기울이다 | quá khứ 과거

핵심 장면 ③

뚜엉   Chị lấy đâu ra tấm hình này vậy?

이 사진은 어디서 꺼냈어?

헬렌   Đây là bà ngoại, đây là mẹ, đây là bà An Khánh.

이 사람은 외할머니, 이 사람은 엄마, 이 사람은 An Khánh(앙 칸) 아줌마.

Còn con Như Ý là ai?

Như Ý(니으 이)는 누군데?

단어   tấm hình 사진 | bà ngoại 외할머니

핵심 장면 ④

뚜엉   Như Ý chắc là bà con với cô An Khánh.

Như Ý(니으 이)는 아마 An Khánh(앙 칸) 이모의 친척이겠지.

헬렌   Sao nó giống bả y chang vậy?

왜 그 아줌마랑 그렇게 똑같이 생겼어?

뚜엉   Thì bà con là phải giống nhau thôi.

친척이니까 비슷하게 생겼지 뭐.

단어   bà con 친척 | giống nhau 서로 같은

오늘의 장면 속 다양한 문형을 학습해 봅시다.

> ## Thì hết việc rồi về!
> 일이 끝났으니깐 들어온거지!

🔍 hết은 동사로 쓰일 경우 '끝나다, 다 떨어지다'라는 뜻입니다. 'hết + 명사 + rồi'는 '어떤 명사가 다 떨어졌다.' 라는 의미를 나타냅니다.

Hết giấy A4 rồi, em đặt nhé.　　　　　A4용지가 다 떨어졌는데 제가 주문할게요.

Điện thoại hết pin rồi.　　　　　　　휴대 전화 배터리가 다 나갔어요.

단어 giấy A4 A4용지 | pin 배터리

> ## Tối ngày toàn chui đầu vô mấy cái thứ quá khứ.
> 하루 종일 과거 따위에만 몰두해.

🔍 tối ngày는 '하루 종일'라는 뜻입니다. 'tối ngày + 동사'는 '하루 종일 ~하다'의 의미를 나타내며, '온통, 전부'를 의미하는 toàn과 같이 사용할 경우 말하는 내용을 더욱 강조하여 '매일 온통 ~하다'의 표현이 됩니다.

Sao tối ngày toàn chơi game vậy?　　왜 맨날 게임만 하니?

Tối ngày toàn xem tivi, không lo học.　맨날 TV만 보고 공부를 안 하네.

단어 chơi game 게임하다 | xem tivi TV를 보다

Chị lấy đâu ra tấm hình này vậy?

이 사진은 어디서 꺼냈어?

🔍 lấy는 동사로 '꺼내다, 얻다'를 의미합니다. 'lấy đâu ra + 명사'는 '어떤 명사를 어디서 꺼냈어요?, 어디서 얻었어요?, 어디서 구했어요?'와 같이 다양한 의미로 사용할 수 있습니다.

Em lấy đâu ra cái máy tính này thế?   이 컴퓨터는 어디서 구했어?

Ăn ít vậy thì lấy đâu ra sức mà làm chứ?   그렇게 조금 먹으면 일할 힘이 어디서 나오니?

> **단어** máy tính 컴퓨터, 계산기 | sức 힘

Sao nó giống bả y chang vậy?

왜 그 아줌마랑 그렇게 똑같이 생겼어?

🔍 y chang은 '완전히 똑같이'라는 뜻으로, 일반 동사나 형용사와 결합할 경우 '동사/형용사 + y chang + 대상'의 형태로 씁니다. '비슷한, 닮은'이라는 giống과 결합할 경우에는 'giống + 대상 + y chang' 형태로 '생김새가 완전히 닮았다'라는 의미가 됩니다.

Em làm y chang anh nói rồi nhưng chưa được.   당신이 말한대로 똑같이 했는데 아직도 안 돼요.

Chúng tôi là song sinh nên giống nhau y chang.   우리는 쌍둥이라서 똑같이 생겼어요.

> **단어** song sinh 쌍둥이

오늘의 장면을 떠올리며 문제를 풀어보세요.

1 보기에서 적절한 단어를 골라서 대화를 완성하세요.

보기   tối ngày toàn   đáp đất   bà con   y chang

❶ _____ chưa? Chị nói chuyện chút.

정신 차렸어? 잠깐 얘기해.

❷ Thì _____ là phải giống nhau thôi.

친척이니까 비슷하게 생겼지 뭐.

❸ _____ chui đầu vô mấy cái thứ quá khứ.

하루 종일 과거 따위에만 몰두해.

❹ Sao nó giống bả _____ vậy?

왜 그 아줌마랑 그렇게 똑같이 생겼어?

2 다음 문장을 베트남어로 써 보세요.

❶ 둘 다 잘해, 됐어?

_____

❷ 이 사진은 어디서 꺼냈어?

_____

❸ 일이 끝났으니깐 들어온거지!

_____

#20

근데 진짜 인정해야 해.

🎬 오늘의 장면

헬렌은 Như Ý(니으 이)가 아오자이를 디자인할 줄 모른다는 사실을 알지만, 슈퍼스타인 Trang Ngô(짱 응오)의 직원이자 자신의 친한 친구에게 Như Ý(니으 이)가 아오자이를 아주 예쁘게 만든다고 일부러 말하는데...

★ 오늘의 핵심 표현

다음 문장을 큰 소리로 세 번씩 읽어보세요.

▶ **TRACK 20_01**

❶ Vừa **nói chuyện với ông Toronto** xong.
방금 토론토에서 온 그 분이랑 얘기를 나눴는데.

`1` `2` `3`

❷ Mà **công nhận** nha.
근데 진짜 인정해야 해.

`1` `2` `3`

❸ Cổ **là đệ nhất áo dài** từ xưa tới giờ.
걔는 예전부터 지금까지 최고의 아오자이 디자이너야.

`1` `2` `3`

❹ Có khi nào **mai mốt nó soán ngôi bà luôn** không?
나중에 걔가 네 자리를 빼앗는 건 아니겠지?

`1` `2` `3`

오늘의 장면 속 핵심 문장을 학습해 봅시다.

핵심 장면 ❶

TRACK 20_02

짱 응오의 직원

Vừa nói chuyện với ông Toronto xong.
방금 토론토에서 온 그 분이랑 얘기를 나눴는데.

Ổng nói thiết kế của bà đợt này là phá kỉ lục rồi đó nghe chưa.
그가 그러는데 이번 네 디자인이 역대 기록을 깼대!

단어 đợt này 이번 | phá kỉ lục 기록을 깨다

핵심 장면 ❷

TRACK 20_03

짱 응오의 직원

À! Bà Trang Ngô bận mẫu thiết kế của bà đó.
아! Trang Ngô (짱 응오)가 네가 디자인한 옷을 입었잖아.

Trời ơi, bây giờ tạo thành viral rồi.
어머, 이제 바이럴까지 되었네.

Mà công nhận nha.
근데 진짜 인정해야 해.

Ở đâu tìm ra một đứa lính mà tài giỏi như vậy?
그렇게 능력있는 조수는 어디서 찾았어?

단어 bận 입다(베트남 남부 지역 방언) | mẫu 모델 | tạo thành 만들다 | tài giỏi 훌륭한

TRACK 20_04

헬렌	Như Ý của bên tôi còn giỏi hơn như vậy nữa. 우리의 Như Ý(니으 이)는 이것보다 더 잘하거든.
	Cổ là đệ nhất áo dài từ xưa tới giờ, may áo dài đẹp lắm. 걔는 예전부터 지금까지 최고의 아오자이 디자이너야. 아오자이를 아주 잘 만들어.
짱 응오의 직원	Really? 정말?
	Vậy Như Ý là ai? 그럼 Như Ý(니으 이)는 누구야?

단어 bên + 호칭 ～쪽

TRACK 20_05

헬렌	Mẹ tôi đưa qua. 우리 엄마가 데리고 온 사람이야.
짱 응오의 직원	A! Là người quen của mẹ bà, chứ không phải là lính của bà hả. 아! 네 엄마의 아는 사람이구나, 너의 조수는 아니고?
	Có khi nào mai mốt nó soán ngôi bà luôn không? 나중에 걔가 네 자리를 빼앗는 건 아니겠지?
	Nói giỡn thôi mà bà căng dữ vậy. 장난친거야, 뭘 그렇게 힘을 줘.

단어 người quen 지인 | soán ngôi 자리를 빼앗다 | nói giỡn 농담하다 | căng 팽팽한

오늘의 장면 속 다양한 문형을 학습해 봅시다.

Vừa nói chuyện với ông Toronto xong.
방금 토론토에서 온 그 분이랑 얘기를 나눴는데.

🔍 xong은 동사로의 사용이나 문장 끝에 위치하면 '어떤 동작을 끝냈다, 다 했다'라는 의미입니다. '막 ~했다'라는 근접과거를 나타내는 vừa/mới/vừa mới와 같이 결합하여 '방금 어떤 동작을 다 했다'라는 표현이 됩니다.

Em vừa gọi cho bên đối tác xong.   저는 방금 파트너사에 전화했어요.

Anh vừa đọc thông báo xong.   나는 방금 공지를 읽었어요.

> 단어 gọi cho ~ ~에(게) 전화하다 | đối tác 파트너 | thông báo 공지

Mà công nhận nha.
근데 진짜 인정해야 해.

🔍 công nhận은 '인정하다'라는 뜻입니다. 어떤 사실을 인정할 때 'công nhận ~' 혹은 'công nhận là ~'로 표현할 수 있습니다.

Công nhận nhà cậu xinh quá.   네 집이 정말 예뻐. (정말 인정해!)

Công nhận sếp dễ tính thật.   보스 성격이 정말 좋아. (정말 인정해!)

> 단어 xinh 예쁜 | dễ tính 성격이 편한

Cổ là đệ nhất áo dài từ xưa tới giờ.

걔는 예전부터 지금까지 최고의 아오자이 디자이너야.

🔍 từ ~ tới는 '~부터 ~까지'라는 뜻입니다. 'từ xưa tới giờ'는 '옛날부터 지금까지'의 의미를 나타내며, tới 대신에 đến을 사용해도 됩니다.

Từ xưa tới giờ, ở đây chưa bao giờ xảy ra chuyện thế này.

옛날부터 지금까지 여기에서 이런 일이 일어난 적이 없어요.

Từ xưa đến giờ, em hay bị dị ứng với sữa.

저는 옛날부터 우유 알레르기가 있어요.

> **단어** xảy ra 발생하다, 일어나다 | bị dị ứng với ~(와)과 알레르기가 있다 | sữa 우유

Có khi nào mai mốt nó soán ngôi bà luôn không?

나중에 걔가 네 자리를 빼앗는 건 아니겠지?

🔍 'có khi nào ~ không?'은 '설마 ~하는 건 아닌가요?, ~하게 되는 건 아니야?'라는 뜻으로 어떤 일에 대해 추측 할 때 사용합니다.

Có khi nào chị Mai không đến không?   마이 씨가 안 오는 건 아니겠죠?

Có khi nào nó quên mất rồi không?   걔가 잊어버린 건 아니겠죠?

> **단어** 동사 + mất rồi ~해 버렸다

오늘의 장면을 떠올리며 문제를 풀어보세요.

1 보기에서 적절한 단어를 골라서 대화를 완성하세요.

> 보기　　từ xưa tới giờ　tạo thành　phá kỉ lục　căng

❶ Trời ơi, bây giờ _____ viral rồi.
어머, 이제 바이럴까지 되었네.

❷ Ổng nói thiết kế của bà đợt này là _____ rồi đó nghe chưa.
그가 그러는데 이번 네 디자인이 역대 기록을 깼대!

❸ Cổ là đệ nhất áo dài _____.
걔는 예전부터 지금까지 최고의 아오자이 디자이너야.

❹ Nói giỡn thôi mà bà _____ dữ vậy.
장난친 거야, 뭘 그렇게 힘을 줘.

2 다음 문장을 베트남어로 써 보세요.

❶ 나중에 걔가 네 자리를 빼앗는 건 아니겠지?

_____

❷ 근데 진짜 인정해야 해.

_____

❸ 방금 토론토에서 온 그 분이랑 얘기를 나눴는데.

_____

정답 확인

1 ① tạo thành　② phá kỉ lục　③ từ xưa tới giờ　④ căng

2 ① Có khi nào mai mốt nó soán ngôi bà luôn không?　② Mà công nhận nha.
③ Vừa nói chuyện với ông Toronto xong.

#21

Tuấn(뚜엉)은 Như Ý(니으 이)가 할 수 있을 거라고 믿어.

아오자이 디자인을 맡게 된 Như Ý(니으 이), 이 난관을 어떻게 극복할지 고민하고 있는데, Tuấn(뚜엉)이 헬렌에게 Như Ý(니으 이)가 아오자이를 만들지 못한다는 사실을 말했다는 것을 알게 된다.

★ 오늘의 핵심 표현

다음 문장을 큰 소리로 세 번씩 읽어보세요.

▶ TRACK 21_01

❶ Cố gắng **nắm bắt** nha.
잘 잡으세요.
[1] [2] [3]

❷ Làm là làm sao?
하면 어떻게 하라는 거야?
[1] [2] [3]

❸ À, đây là cách mà cậu giải quyết **mỗi khi gặp** khó khăn, đúng không?
아, 이게 어려움이 있을 때마다 네가 쓰는 해결법인 거지?
[1] [2] [3]

❹ Tuấn lỡ nói với chị Helen là Như Ý không biết may áo dài.
헬렌 누나한테 Như Ý(니으 이)가 아오자이를 만들줄 모른다고 말해버렸어.
[1] [2] [3]

오늘의 장면 속 핵심 문장을 학습해 봅시다.

핵심 장면 ❶

▶ TRACK 21_02

헬렌	Áo dài. 아오자이.
수석 디자이너	Đây là cơ hội của cô. Cố gắng nắm bắt nha. 이것은 당신의 기회예요. 잘 잡으세요.

단어 cơ hội 기회 | nắm bắt 잡다, 파악하다

핵심 장면 ❷

▶ TRACK 21_03

뚜엉	Thôi, Như Ý đừng quá lo lắng. Như Ý(니으 이), 너무 걱정하지 마. Tuấn tin là Như Ý sẽ làm được mà. Tuấn(뚜엉)은 Như Ý(니으 이)가 할 수 있을 거라고 믿어.
니으 이	Không xưởng may, không tổ thiết kế. 옷 맞출 가게도 없고, 디자인 팀도 없고. Làm là làm sao? 하면 어떻게 하라는 거야?

단어 lo lắng 걱정하다 | tin là ~ mà ~라고 믿다 | xưởng may 재봉 공장 | tổ 조, 팀

뚜엉   Hay là Như Ý qua gặp mẹ của Tuấn đi.
아니면 Như Ý(니으 이), 우리 엄마를 보러 가요.

니으 이   À, đây là cách mà cậu giải quyết mỗi khi gặp khó khăn, đúng không?
아, 이게 어려움이 있을 때마다 네가 쓰는 해결법인 거지?

        Là về nhà bám váy mẹ hở?
집에 돌아가서 마마보이 행세 하는 거지?

뚜엉   Nè, Tuấn chỉ đang tìm ra hướng giải quyết thôi.
저기, 나는 단지 해결할 방법을 찾는 중이에요.

단어 giải quyết 해결하다 | khó khăn 어려운 | bám 꽉 잡다 | hướng 방향

니으 이   Gì? Sao là lỗi của cậu?
뭐? 왜 네 실수인데?

뚜엉   Hôm trước, Tuấn lỡ nói với chị Helen là Như Ý không biết may áo dài.
저번에 헬렌 누나한테 Như Ý(니으 이)가 아오자이를 만들줄 모른다고 말해버렸어.

        Tuấn không nghĩ là Helen đã dùng điều đó để làm việc này.
헬렌이 그걸 가지고 이렇게 할 지 몰랐어.

단어 hôm trước 저번에 | lỗi 잘못, 실수 | không biết + 동사 ~할 줄 모르다

오늘의 장면 속 다양한 문형을 학습해 봅시다.

> # Cố gắng **nắm bắt** nha.
> 잘 잡으세요.

🔍 cố gắng은 '노력하다'라는 뜻으로 뒤에 동사가 올 경우 '어떤 일을 하려고 노력하다'의 의미를 나타냅니다. 문장 끝에서 제안을 나타내는 nha 혹은 nhé를 붙여 친근함을 더해줍니다.

Cố gắng **đạt** KPI trong tháng này nha.   이번 KPI를 달성하도록 노력해요.

Cố gắng **đi** sớm để lấy chỗ đẹp nhé.   좋은 자리를 잡기 위해 일찍 가도록 해요.

> **단어** đạt 달성하다 | lấy 얻다 | chỗ đẹp 좋은 자리

> # Làm là làm **sao?**
> 하면 어떻게 하라는 거야?

🔍 sao는 ra sao의 줄인 형태로 문장 끝에 위치하여 '어떻게 ~해요?'라는 뜻이 됩니다. 앞서 배운 thế nào 와 의미가 같지만 일상 회화에서는 thế nào보다 sao를 많이 사용합니다.

Xa thế này, em định đi **sao?**   이렇게 먼데 어떻게 가려고 해요?

Anh đã gửi yêu cầu **sao?**   요청 내용을 어떻게 보내셨나요?

> **단어** xa 먼 | gửi 보내다 | yêu cầu 요청하다

Đây là cách mà cậu giải quyết
mỗi khi gặp khó khăn, đúng không?

이게 어려움이 있을 때마다 네가 쓰는 해결법인 거지?

🔍 'khi + 동사'는 '~할 때'를 뜻하고, 'mỗi'는 '매~, ~ 마다'를 뜻합니다. 이 두 표현이 합쳐져 'mỗi khi +
동사'는 '~할 때마다'라는 뜻이 됩니다.

Mỗi khi gặp chuyện không vui, em sẽ
làm gì?

안 좋은 일이 있을 때 어떻게 해요?

Em luôn đi hát kara mỗi khi bị xì trét.

스트레스를 받을 때마다 항상 노래방에 가요.

> **단어** gặp chuyện + 형용사 ~한 일이 있다 | đi hát kara 노래방에 가다 |
> bị xì trét 스트레스를 받다

Tuấn lỡ nói với chị Helen là Như Ý không biết may
áo dài.

헬렌 누나한테 Như Ý(니으 이)가 아오자이를 만들줄 모른다고 말해버렸어.

🔍 'lỡ + 동사'는 '어떤 일을 실수로 하다'라는 의미를 나타내며, 뒤에 동사가 아닌 명사가 올 경우 '어떤 것을
놓치다'라는 뜻입니다.

Em lỡ xóa hết dữ liệu rồi.

실수로 데이터를 다 삭제해 버렸어요.

Anh lỡ xe lửa rồi.

기차를 놓쳤어요.

> **단어** xóa 삭제하다 | dữ liệu 데이터 | xe lửa 기차

오늘의 장면을 떠올리며 문제를 풀어보세요.

1 보기에서 적절한 단어를 골라서 대화를 완성하세요.

보기   lo lắng   cố gắng ~ nha   tin là ~ mà   mỗi khi

❶ Tuấn _____ Như Ý sẽ làm được _____.

Tuấn(뚜엉)은 Như Ý(니으 이)가 할 수 있을 거라고 믿어.

❷ À, đây là cách mà cậu giải quyết _____ gặp khó khăn, đúng không?

아, 이게 어려움이 있을 때마다 네가 쓰는 해결법인 거지?

❸ Thôi, Như Ý đừng quá _____.

Như Ý(니으 이), 너무 걱정하지 마.

❹ _____ nắm bắt _____.

잘 잡으세요.

2 다음 문장을 베트남어로 써 보세요.

❶ 하면 어떻게 아라는 거야?

_____

❷ 이것은 당신의 기회예요.

_____

❸ 저번에 헬렌 누나한테 Như Ý(니으 이)가 아오자이를 만들줄 모른다고 말해버렸어.

_____

정답 확인

1 ① tin là ~ mà ② mỗi khi ③ lo lắng ④ Cố gắng ~ nha

2 ① Làm là làm sao? ② Đây là cơ hội của cô. ③ Hôm trước, Tuấn lỡ nói với chị Helen là Như Ý không biết may áo dài.

지금 만들어 봐.

오늘의 장면

An Khánh(앙 칸)에게 아오자이를 만들라고 시키는 Như Ý(니으 이),
하지만 An Khánh(앙 칸) 역시 아오자이를 만들 줄 모르는데...

★ 오늘의 핵심 표현

다음 문장을 큰 소리로 세 번씩 읽어보세요.　　　　　▶ TRACK 22_01

❶ Biết thế nào cũng nói ô là la.　　　　　| 1 | 2 | 3 |
무조건 "울랄라" 라고 할 줄 알았어.

❷ Nhưng mà má chết trước khi tao kịp học may
áo dài.　　　　　| 1 | 2 | 3 |
근데 엄마는 내가 아오자이 맞추는 법을 배우기 전에 돌아가셨어.

❸ Mày ghét áo dài thì tao cũng phải ghét áo dài chứ.　| 1 | 2 | 3 |
네가 아오자이를 싫어하면 나도 아오자이를 싫어하지.

❹ Con Thanh Loan thường xuyên đem qua đây
nhờ tao may giùm đồ cho Helen đó.　　　　| 1 | 2 | 3 |
Thanh Loan(탄 로앙)이 종종 여기 와서 헬렌의 옷을 만들어 달라
고 부탁했거든.

오늘의 장면 속 핵심 문장을 학습해 봅시다.

핵심 장면 ❶

TRACK 22_02

앙 칸
Áo dài? Ô là la.
아오자이? 울랄라.

니으 이
Biết thế nào cũng nói ô là la.
무조건 "울랄라" 라고 할 줄 알았어.

Nè, đây là mấy cái mẫu mà tui nghĩ ra. Giờ bà may đi.
야, 내가 생각한 디자인이야. 자 지금 만들어 봐.

Nhớ, may cho đúng kiểu may truyền thống của nhà may Thanh Nữ nghe.
기억해, Thanh Nữ (탄 느)의 전통적인 스타일대로 해야 해.

단어 giờ 지금, 이제 | kiểu 스타일 | 동사 + ra ~해내다 | truyền thống 전통 |
절 + nghe 명령이나 친근함을 나타내는 표현

핵심 장면 ❷

TRACK 22_03

니으 이
Bà mới là con của má mà.
당신이야 엄마의 딸이잖아.

Mới là truyền nhân chính thức của cái nhà này.
이 집의 정식 후계자이고.

앙 칸
Nhưng mà má chết trước khi tao kịp học may áo dài.
근데 엄마는 내가 아오자이 맞추는 법을 배우기 전에 돌아가셨어.

단어 chính thức 정식적인, 공식적인 | chết 죽다 | trước khi + 동사 ~하기 전에

핵심 장면 ❸

TRACK 22_04

니으 이 Incroyable.
말도 안돼.

앙 칸 Thì bởi.
그러니까.

Mày ghét áo dài thì tao cũng phải ghét áo dài chứ.
네가 아오자이를 싫어하면 나도 아오자이를 싫어하지.

Đồ tây thì tao may được chút chút.
양복은 조금 만들 수 있어.

단어 동사 + chút chút 조금 ~하다

핵심 장면 ❹

TRACK 22_05

앙 칸 Con Thanh Loan thường xuyên đem qua đây nhờ tao may giùm đồ cho Helen đó.
Thanh Loan(탄 로앙)이 종종 여기 와서 헬렌의 옷을 만들어 달라고 부탁했거든.

니으 이 May giùm đồ Helen hả.
헬렌의 옷을 대신 만들어줬다고?

단어 thường xuyên 자주 | đem qua 가지고 가다, 가지고 오다 | đồ 물건

오늘의 장면 속 다양한 문형을 학습해 봅시다.

Biết thế nào cũng nói ô là la.

무조건 "울랄라" 라고 할 줄 알았어.

🔍 thế nào는 '어떻게'라는 뜻입니다. '역시, ~도'를 의미하는 cũng과 결합하여 'thế nào cũng ~'은 '어떻게 해서든 무조건 ~하다'라는 의미를 나타냅니다.

Nghĩ thế nào cũng không ra kết quả.   어떻게 생각하든 결론이 안 나와.

Thế nào cũng phải chọn một trong hai.   어떻게 해서든 둘 중에 하나를 선택해야 해요.

단어 kết quả 결과 | chọn A trong B B 중에 A를 선택하다

Nhưng mà má chết trước khi tao kịp học may áo dài.

근데 엄마는 내가 아오자이 맞추는 법을 배우기 전에 돌아가셨어.

🔍 trước khi는 동사 혹은 문상 앞에 위치하여 '어떤 일을 하기 전에 ~하다'라는 뜻입니다. '늦지 않게끔 맞춰서 동작을 하다'를 의미하는 kịp과 결합하여 'A trước khi + 주어 + kịp B'의 형태로 사용하면 '시간을 맞춰서 B동작을 하기 전에 A동작이 먼저 일어났다'라는 의미가 됩니다.

Trước khi em kịp lên tiếng thì anh ấy đã nói xong rồi.   내가 말하기도 전에 그가 이미 다 말했어요.

Nó đã nộp trước khi em kịp đánh dấu lỗi sai.   내가 오류를 표시하기도 전에 걔가 제출했어.

단어 lên tiếng 목소리를 내다 | đánh dấu 표시하다 | lỗi sai 오류

Mày ghét áo dài thì tao cũng phải ghét áo dài chứ.

네가 아오자이를 싫어하면 나도 아오자이를 싫어하지.

🔍 '주어1 + 서술어 + thì + 주어2 + cũng + 서술어'는 '주어1이 ~하면 주어2도 ~하다'라는 뜻입니다. 서술어에 들어갈 행동은 같은 내용일 수도 있고 다른 내용일 수도 있습니다.

Em đã mở lời thì anh cũng nói thẳng.   말을 꺼냈으니 나도 솔직히 이야기할게.

Đã đến đây rồi thì mình cũng mua đồ lưu niệm đi.   여기까지 왔으니 기념품이라도 사자.

단어   mở lời 말을 꺼내다 | nói thẳng 솔직히 말하다 | đồ lưu niệm 기념품

Con Thanh Loan thường xuyên đem qua đây nhờ tao may giùm đồ cho Helen đó.

Thanh Loan(탄 로앙)이 종종 여기 와서 헬렌의 옷을 만들어 달라고 부탁했거든.

🔍 'nhờ + 대상 + 동사'는 '대상에게 어떤 일을 해달라고 부탁하다'라는 뜻입니다. '~(을)를 도와서, 대신에' 를 의미하는 giùm과 결합하여 'A 대신에 B에게 어떤 일을 해달라고 부탁하다'라는 뜻이 됩니다.

Nhờ em tìm giùm anh tài liệu này nhé.   나 대신에 이 자료를 검색해줘요.

Em vừa nhờ chị Mai gọi anh giùm em xong.   방금 마이 씨에게 당신을 불러 달라고 부탁했어요.

단어   tài liệu 자료

오늘의 장면을 떠올리며 문제를 풀어보세요.

1   보기에서 적절한 단어를 골라서 대화를 완성하세요.

> 보기   **trước khi ~ kịp   ra   chút chút   nhờ ~ giùm**

❶ Đồ tây thì tao may được _____.

양복은 조금 만들 수 있어.

❶ Đây là mấy cái mẫu mà tui nghĩ _____.

내가 생각한 디자인이야.

❶ Nhưng mà má chết _____ tao _____ học may áo dài.

근데 엄마는 내가 아오자이 맞추는 법을 배우기 전에 돌아가셨어.

❶ Con Thanh Loan thường xuyên đem qua đây _____ tao may _____ đồ cho Helen đó.

Thanh Loan(탄 로앙)이 종종 여기 와서 헬렌의 옷을 만들어 달라고 부탁했거든.

2   다음 문장을 베트남어로 써 보세요.

❶ 네가 아오자이를 싫어하면 나도 아오자이를 싫어하지.

_____

❷ 지금 만들어 봐.

_____

❸ 무조건 "울랄라" 라고 할 줄 알았어.

_____

정답 확인

1 ① chút chút ② ra ③ trước khi ~ kịp ④ nhờ ~ giùm

2 ① Mày ghét áo dài thì tao cũng phải ghét áo dài chứ. ② Giờ bà may đi. ③ Biết thế nào cũng nói ồ là la.

#23 그건 내 잘못이 아니잖아.

 오늘의 장면

아오자이 때문에 Như Ý(니으 이)와 An Khánh(안 칸)은 크게 싸운다.

★ 오늘의 핵심 표현

다음 문장을 큰 소리로 세 번씩 읽어보세요.

▶ TRACK 23_01

① Còn chỗ nào để cho tao thắt cổ không?
내가 목을 맬 곳이 어디 더 있니?

`1` `2` `3`

② Đồ vô dụng, có cái áo dài cũng không may được.
쓸모없는 사람이야, 아오자이도 못 만들다니.

`1` `2` `3`

③ Mày dám nói với tao như vậy hả?
감히 나한테 그렇게 말해?

`1` `2` `3`

④ Tui không thể nào may được cái áo dài.
나는 도저히 아오자이를 맞출 수 없어.

`1` `2` `3`

오늘의 장면 속 핵심 문장을 학습해 봅시다.

 # 핵심 장면 ❶   TRACK 23_02

앙 칸	Bây giờ tao chết cho mày vừa lòng.
	나는 지금 네가 원하는 대로 죽을거라고.
니으 이	Muốn thì kiếm chỗ khác cho khuất mắt tui.
	죽고 싶으면 내 눈 앞에 보이지 않도록 다른 곳을 찾아.
앙 칸	Mày nhìn nguyên cái nhà này đi.
	이 집 전체를 봐.
	Còn chỗ nào để cho tao thắt cổ không?
	내가 목을 맬 곳이 어디 더 있니?

단어 vừa lòng 마음에 든 | kiếm 찾다 | khuất mắt 시야에서 사라진 | thắt 매다

 # 핵심 장면 ❷   ▶ TRACK 23_03

니으 이	Đồ vô dụng, có cái áo dài cũng không may được.
	쓸모없는 사람이야, 아오자이도 못 만들다니.
	Cái tiệm may Thanh Nữ này cũng làm mất.
	이 Thanh Nữ(탄 느) 가게도 잃어버렸고.
	Cái nhà cũng bị siết.
	집도 압류당하게 만들고.

단어 vô dụng 쓸모없는 | bị siết (빚을 갚기 위해) 압류를 당하다

TRACK 23_04

니으 이	Giờ muốn chết cũng không chết được nữa hả? 이제는 죽고 싶어도 못 죽어?
앙 칸	Mày dám nói với tao như vậy hả? 감히 나한테 그렇게 말해?
	Đó không phải là lỗi của tao. 그건 내 잘못이 아니잖아.

단어 muốn + 동사 + cũng không + 동사 + được ~하고 싶어도 ~하지 못하다

 TRACK 23_05

니으 이	Đúng! Đúng là tui ghét áo dài. 맞아! 난 아오자이를 싫어하는 거 맞아.
	Tui căm thù nó nữa kìa. 그걸 증오하기까지 해.
	Tui không thể nào may được cái áo dài. 나는 도저히 아오자이를 맞출 수 없어.

단어 căm thù 적대시하다, 밉다

오늘의 장면 속 다양한 문형을 학습해 봅시다.

> ## Còn chỗ nào để cho tao thắt cổ không?
> 내가 목을 맬 곳이 어디 더 있니?

🔍 để는 '~(을)를 위해서'라는 뜻입니다. 'còn chỗ nào để + 동사 + không?'는 '어떤 동작을 할 곳이 더 남아 있나요?'라는 뜻을 나타냅니다.

Còn chỗ nào để đổi tiền không?　　　환전할 곳이 어디 더 있나요?

Còn chỗ nào để hút thuốc không?　　흡연구역이 어디 더 있나요?

> 단어 đổi tiền 환전하다 | hút thuốc 흡연하다, 담배를 피우다

> ## Có cái áo dài cũng không may được.
> 아오자이도 못 만들다니.

🔍 'không ~ được'은 '~ 할 수 없다'라는 뜻으로 어떤 일에 대한 능력을 말할 때 쓰는 표현입니다. 'có cái + 명사 + cũng không + 동사 + được'은 '어떤 명사도 ~할 수 없다'라는 의미로, 지적을 할 때 사용하는 표현입니다. cái 대신에 해당 명사에 맞는 종별사로 사용할 수 있습니다.

Có cái đáp án cũng không nhớ được.　　정답도 기억하지 못한다니.

Có cái báo cáo cũng không viết được.　　보고서도 못 쓴다니.

> 단어 đáp án 정답 | báo cáo 보고서, 보고하다

Mày dám nói với tao như vậy hả?

감히 나한테 그렇게 말해?

🔍 dám은 뒤에 동사와 결합하여 '감히 ~하다'라는 뜻입니다. 부정문일 경우 앞에서 không을 붙여서 'không dám + 동사'의 형태로 사용합니다.

Dám làm dám chịu.

(감히) 했으면 책임을 져야 해요.

Đâu có ai dám làm như chị.

감히 당신처럼 하는 사람은 없어요.

단어 chịu 견디다, 참다

Tui không thể nào may được cái áo dài.

나는 도저히 아오자이를 맞출 수 없어.

🔍 không thể nào는 뒤에 동사와 결합해서 '도저히 ~할 수 없다'라는 뜻입니다. không thể와 조금 뉘앙스의 차이가 있는데 'không thể + 동사'는 단순히 어떤 일에 대한 능력이 없다는 것을 말하고, 'không thể nào + 동사'는 '어떻게 해도 도저히 ~할 수 없다'라는 부정의 의미를 더 강하게 표현합니다.

Em không thể nào tìm ra chìa khóa được.

나 도저히 열쇠를 못 찾겠어.

Anh không thể nào nhớ ra số của nó.

나 도저히 걔 번호가 기억나지 않아.

단어 chìa khóa 열쇠 | số 번호, 숫자

오늘의 장면을 떠올리며 문제를 풀어보세요.

1 보기에서 적절한 단어를 골라서 대화를 완성하세요.

> **보기**
>
> còn chỗ nào để ~ không   không thể nào
> có cái ~ cũng không ~ được   dám

① Tui ＿＿＿＿＿＿ may được cái áo dài.

나는 도저히 아오자이를 맞출 수 없어.

② ＿＿＿＿＿＿ cho tao thắt cổ ＿＿＿＿?

내가 목을 맬 곳이 어디 더 있니?

③ ＿＿＿＿ áo dài ＿＿＿＿ may ＿＿＿＿.

아오자이도 못 만들다니.

④ Mày ＿＿＿＿ nói với tao như vậy hả?

감히 나한테 그렇게 말해?

2 다음 문장을 베트남어로 써 보세요.

① 그건 내 잘못이 아니잖아.

＿＿＿＿＿＿＿＿＿＿＿＿＿＿＿＿＿＿

② 하지만 기억해, 너는 나야.

＿＿＿＿＿＿＿＿＿＿＿＿＿＿＿＿＿＿

③ 이 집 전체를 봐.

＿＿＿＿＿＿＿＿＿＿＿＿＿＿＿＿＿＿

#24 자기 자신도 거부했고.

**Tuấn(뚜엉)은 Như Ý(니으 이)에게 사과를 하고,
An Khánh(앙 칸)의 과거를 말해주는데...**

★ **오늘의 핵심 표현**

다음 문장을 큰 소리로 세 번씩 읽어보세요.　　　　▶ **TRACK 24_01**

❶ Đi về đi! Tui hổng cần ai quan tâm hết!　　　1　2　3
　돌아가! 아무도 신경 안 써도 돼!

❷ ... chưa bao giờ có ý định làm hại Như Ý cả　　1　2　3
　...정말로 Như Ý(니으 이)를 다치게 하려고 한 적은 없어요.

❸ Ngay cả bản thân tôi cũng không giúp được
　mình nữa.　　　　　　　　　　　　　　　　1　2　3
　나조차도 나를 도울 수가 없네.

❹ Vì do không hợp thời nên khách quen cũng
　dần bỏ đi.　　　　　　　　　　　　　　　　1　2　3
　시대에 맞지 않다는 이유로 단골손님도 점차 떠났어요.

★ 영화 속 바로 이 장면

오늘의 장면 속 핵심 문장을 학습해 봅시다.

핵심 장면 ❶

 TRACK 24_02

뚜엉	Như Ý! Như Ý!
	Như Ý(니으 이)! Như Ý(니으 이)!
	Nghe Tuấn nói nè.
	Tuấn(뚜엉)내 말 들어봐요.
니으 이	**Đi về đi! Tui hổng cần ai quan tâm hết!**
	돌아가! 아무도 신경 안 써도 돼!

> 단어 nghe A nói nè A의 말을 들어봐요. | quan tâm 관심이 있는

핵심 장면 ❷

TRACK 24_03

뚜엉	Tuấn chưa bao giờ...
	Tuấn(뚜엉)은 절대로...
	... chưa bao giờ có ý định làm hại Như Ý cả.
	...정말로 Như Ý(니으 이)를 다치게 하려고 한 적은 없어요.
니으 이	**Mất hết rồi!**
	다 끝났어 (모든 것을 잃었어)!

> 단어 làm hại 다치게 하다 | mất 잃다

핵심 장면 ❸

 TRACK 24_04

니으 이 Ngay cả bản thân tôi cũng không giúp được mình nữa.
나조차도 나를 도울 수가 없네.

뚜엉 Thật ra thì cô An Khánh không phải là người thất bại
như là Như Ý nghĩ đâu.
사실 An Khánh(앙 칸) 이모는 Như Ý(니으 이) 생각만큼 무능한 사람이
아니에요.

Hồi năm 73, cô có mở một tiệm Âu phục.
73년에, 이모가 양장점을 하나 열었어요.

> 단어 bản thân 자기, 자신 | thật ra thì ~ 사실 ~ | thất bại 실패하다 | Âu phục 양복

핵심 장면 ❹

 TRACK 24_05

뚜엉 Vì do không hợp thời, nên khách quen cũng dần bỏ đi.
시대에 맞지 않다는 이유로 단골손님도 점차 떠났어요.

Cô bắt đầu suy sụp tinh thần từ đó.
이모는 그때부터 정신이 무너지기 시작했어요.

Cô chối bỏ thương hiệu Như Ý, đổi tên mình thành
An Khánh.
Như Ý(니으 이)라는 브랜드를 거부하고, 자신의 이름도 An Khánh(앙 칸)
으로 바꿨어요.

Chối bỏ chính mình.
자기 자신도 거부했고.

> 단어 khách quen 단골손님 | bỏ đi 떠나다 | suy sụp 쇠약하다, 침체하다 | tinh thần 정신 |
> từ đó 그때부터 | chối bỏ 버리고 거부하다 | thương hiệu 브랜드 |
> đổi A thành B A를 B로 바꾸다 | chính mình 자기 자신

오늘의 장면 속 다양한 문형을 학습해 봅시다.

> # Tui hổng cần ai quan tâm hết!
> 돌아가! 아무도 신경 안 써도 돼!

🔍 không cần는 '필요없다'라는 뜻입니다. 'không cần ai + 동사'는 '~할 사람이 필요없다'라는 의미를 나타내며, 문장 끝에 hết을 붙여서 부정의 의미를 더 강하게 표현합니다. 베트남 남부 지역의 일부 사람들이 không을 hổng으로 발음합니다.

Tôi không cần ai nhắc nhở hết.	일러줄 사람 필요없어요.
Anh không cần ai giúp đỡ hết.	도와줄 사람 필요없어요.

단어 nhắc nhở 생각나게 하다 | giúp đỡ 도와주다

> # Tuấn chưa bao giờ có ý định làm hại Như Ý cả.
> Tuấn(뚜엉)은 절대로 Như Ý(니으 이)를 다치게 하려고 한 적은 없어요.

🔍 chưa bao giờ는 '어떤 동작을 해 본 적이 없다'라는 뜻입니다. '~할 의도가 있다'를 의미하는 có ý định과 결합하여 'chưa bao giờ có ý định + 동사'의 형태로 '~할 생각을 해 본 적이 없다'라는 의미를 나타냅니다.

Em chưa bao giờ có ý định định cư ở nước ngoài.	나는 외국에서 정착할 생각을 해 본 적이 없어요.
Anh chưa bao giờ có ý định đi xem mắt à?	형은 선보러 갈 생각을 해 본 적이 없나요?

단어 định cư 정착하다 | xem mắt 선보다

Ngay cả bản thân tôi cũng không giúp được mình nữa.
나조차도 나를 도울 수가 없네.

🔍 'ngay cả ~ cũng'은 '~조차도, ~마저도'라는 뜻입니다. '~할 수 없다'를 의미하는 'không + 동사 + được'과 결합하여 'ngay cả + 대상 + cũng không + 동사 + được'의 형태로 '대상조차도 어떤 동작을 할 수 없다'라는 뜻이 됩니다.

Ngay cả em cũng không tin anh được nữa.

나조차도 당신을 믿을 수 없어요.

Ngay cả cái việc này mà em cũng không làm được à?

이 일조차도 못하니?

단어 tin 믿다

Vì do không hợp thời nên khách quen cũng dần bỏ đi.
시대에 맞지 않다는 이유로 단골손님도 점차 떠났어.

🔍 dần은 '서서히, 점점'이라는 뜻으로, 주어와 서술어 사이에 위치하여 '점점 ~하다'라는 의미를 나타냅니다. dần을 두 번 연달아 붙여 쓸 수도 있습니다.

Em đã dần thích nghi với công việc ở đây.

나는 여기 일에 점점 적응하게 됐어요.

Thời tiết dần dần ấm lên rồi.

날씨가 점점 따뜻해지네요.

단어 thời tiết 날씨 | ấm 따뜻한 | thích nghi 적응하다 | công việc 일, 업무

오늘의 장면을 떠올리며 문제를 풀어보세요.

1 보기에서 적절한 단어를 골라서 대화를 완성하세요.

> **보기**
>
> **ngay cả ~ cũng không   dần**
> **hổng cần ai ~ hết   nghe ~ nè**

❶ _____ Tuấn nói _____.

내 말 들어봐 봐요.

❷ _____ bản thân tôi _____ giúp được mình nữa.

나조차도 나를 도울 수가 없네.

❸ Thương hiệu bị _____ trôi vào quên lãng.

그 브랜드도 점점 잊혀져 갔어요.

❹ Tui _____ quan tâm _____.

아무도 신경 안 써도 돼!

2 다음 문장을 베트남어로 써 보세요.

❶ 시대에 맞지 않다는 이유로 단골손님도 점차 떠났어요.

_____

❷ 자기 자신도 거부했고.

_____

❸ 다 끝났어 (모든 것을 잃었어)!

_____

정답 확인

1 ① Nghe ~ nè   ② Ngay cả ~ cũng không   ③ dần   ④ hổng cần ai ~ hết

2 ① Vì do không hợp thời nên khách quen cũng dần bỏ đi.   ② Chối bỏ chính mình.   ③ Mất hết rồi!

하지만 엄마의 가업은 지켜야 해.

오늘의 장면

An Khánh(앙 칸)은 자신의 잘못을 깨닫고 Thanh Loan(탄 로앙)을 찾아가 사죄하는데, 이를 기꺼이 받아들이는 Thanh Loan(탄 로앙). Thanh Loan(탄 로앙)은 지금까지 하지 못했던 이야기와 어머니의 유언을 An Khánh(앙 칸)에게 전해준다.

★오늘의 핵심 표현

다음 문장을 큰 소리로 세 번씩 읽어보세요.   ▶ TRACK 25_01

❶ Cũng đã lâu lắm rồi, chị mới chịu đến gặp em.   `1` `2` `3`
오랜만이에요, 이제야 저를 보러 왔네요.

❷ Nhưng mà không biết là có muộn quá hay không.   `1` `2` `3`
그런데 너무 늦은 건 아닌지... 모르겠어.

❸ Rồi đợi ngày con Như Ý nó hồi tỉnh...   `1` `2` `3`
Như Ý(니으 이)가 반성하는 날이 오면...

❹ Chỉ cần chị hồi tâm chuyển ý...   `1` `2` `3`
언니가 마음을 돌리기만 하면...

오늘의 장면 속 핵심 문장을 학습해 봅시다.

 # 핵심 장면 ❶   ▶ TRACK 25_02

탄 로앙	Chị An Khánh!
	An Khánh(앙 칸) 언니!
	Cũng đã lâu lắm rồi, chị mới chịu đến gặp em.
	오랜만이에요, 이제야 저를 보러 왔네요.
앙 칸	Tui bậy quá Thanh Loan à.
	내가 잘못했어, Thanh Loan(탄 로앙)아.

단어 cũng đã lâu lắm rồi 오랜만이다 | bậy 틀린, 부정당한

 # 핵심 장면 ❷   ▶ TRACK 25_03

앙 칸	Tui ước gì, mình có thể làm được một điều gì đó để chuộc lại những lỗi lầm của mình.
	무엇이라도 해서 내 잘못을 속죄할 수 있다면 얼마나 좋을까... 라는 생각을 해.
	Nhưng mà không biết là có muộn quá hay không.
	그런데 너무 늦은 건 아닌지... 모르겠어.

단어 ước gì ～ ～하길 바라다 | điều gì đó 무언가 | chuộc lại 속죄하다, 뉘우치다 | lỗi lầm 잘못

핵심 장면 ❸

TRACK 25_04

탄 로앙
Má bị bệnh, sao không nói cho tụi con biết?
몸이 안 좋은데 왜 저희한테 안 알려주셨어요?

**니으 이의
엄마**
Con hãy gìn giữ bí kíp của nhà may Thanh Nữ.
Thanh Nữ(탄 느) 가게의 비결을 잘 간직하고 있다오.

Rồi đợi ngày con Như Ý nó hồi tỉnh...
Như Ý(니으 이)가 반성하는 날이 오면...

Rồi con dạy lại cho nó nha con.
걔한테 다시 전수해다오.

단어 bị bệnh 병이 걸리다 | gìn giữ 보존하다, 보관하다 | bí kíp 비결 | hồi tỉnh 반성하다

핵심 장면 ❹

TRACK 25_05

탄 로앙
Từ bấy đến nay, em chỉ đợi câu nói này của chị.
지금까지, 내가 언니의 이 말만 기다리고 있었어요.

Chỉ cần chị hồi tâm chuyển ý...
언니가 마음을 돌리기만 하면...

Em sẽ trao lại bí kíp của má, để chị phục dựng lại nhà
may Thanh Nữ.
언니가 Thanh Nữ(탄 느) 가게를 되살릴 수 있도록 어머니의 비결을
돌려줄 거예요.

단어 từ bấy (giờ) đến nay 지금까지 | câu nói 말, 문구 | hồi tâm chuyển ý 마음을 돌리다 |
trao lại 돌려주다, 인도하다 | phục dựng 되살리다, 복구하다

오늘의 장면 속 다양한 문형을 학습해 봅시다.

> ## Cũng đã lâu lắm rồi, chị mới chịu đến gặp em.
> 오랜만이에요, 이제야 저를 보러 왔네요.

🔍 'chịu + 동사'는 '어떤 일을 하려고 하다'라는 뜻입니다. '(시간 +) 주어 + mới chịu + 동사'는 앞에 언급한 시간이 되어 '그제서야 주어가 동작을 하려고 하다'라는 뜻이 됩니다. 부정문일 경우 '주어 + không chịu + 동사'의 형태로 사용하며 '주어가 동작을 하려들지 않는다'라는 의미입니다.

Khi nào em mới chịu trưởng thành?   언제나 되야 어른이 될래?

Làm hết việc thì cô ấy mới chịu về nhà.   그녀는 일을 다 끝내고 나서야 집에 가려고 해요.

단어 trưởng thành 성장하다

> ## Nhưng mà không biết là có muộn quá hay không.
> 그런데 너무 늦은 건 아닌지... 모르겠어.

🔍 'có + A + hay không'은 A한지 아닌지'의 의미로, 여부를 물어볼 때 사용합니다.

Em chưa quyết định được là có đi hay không.   갈지 안 갈지 아직 결정하지 못했어요.

Không biết cái đó có phải là sự thật hay không.   그게 사실인지 아닌지 모르겠어요.

단어 quyết định 결정하다 | sự thật 사실

Rồi đợi ngày con Như Ý nó hồi tỉnh...

Như Ý(니으 이)가 반성하는 날이 오면...

🔍 đợi는 동사로 '기다리다'라는 뜻입니다. 일상생활에서 베트남 사람들은 'đợi ngày A, B'형태로 많이 사용하는데, 'A할 날까지 기다렸다 B를 하다'라는 의미입니다.

Đợi ngày anh ấy xuất ngũ, mình đi ăn mừng đi.

그가 전역하는 날이 오면 우리 축하파티를 열자.

Đợi ngày có kết quả, em sẽ nói cho chị sau.

결과가 나오면 알려줄게요.

> **단어** xuất ngũ 전역하다, 제대하다 | ăn mừng 축하파티를 하다

Chỉ cần chị hồi tâm chuyển ý...

언니가 마음을 돌리기만 하면...

🔍 'chỉ cần ~ là ~'는 '~하기만 하면 ~하다'라는 의미를 나타내며 là를 생략할 수 있습니다.

Chỉ cần qua giai đoạn này là sẽ ổn thôi.

이 시기가 지나가면 괜찮아질 거예요.

Chỉ cần nói ngắn gọn là được.

간략하게 말해주기만 하면 돼요.

> **단어** giai đoạn 시기, 기간, 단계 | ngắn gọn 간략한, 간결한

오늘의 장면을 떠올리며 문제를 풀어보세요.

1 보기에서 적절한 단어를 골라서 대화를 완성하세요.

보기	đợi	mới chịu	hay không	bị bệnh

❶ Rồi _____ ngày con Như Ý nó hồi tỉnh...

Như Ý(니으 이)가 반성하는 날이 오면...

❷ Nhưng mà không biết là có muộn quá _____.

그런데 너무 늦은 건 아닌지... 모르겠어.

❸ Cũng đã lâu lắm rồi, chị _____ đến gặp em.

오랜만이에요, 이제야 저를 보러 왔네요.

❹ Má _____, sao không nói cho tụi con biết?

몸이 안 좋은데 왜 저희한테 안 알려주셨어요?

2 다음 문장을 베트남어로 써 보세요.

❶ 언니가 마음을 돌리기만 하면...

_____

❷ 하지만 엄마의 가업은 지켜야 해.

_____

❸ 어머니! 어머니! 왜 그러세요?

_____

#26 하지만, 이건 할 수 있어.

🎬 오늘의 장면

An Khánh(앙 칸)의 과거를 알게 된 Như Ý(니으 이),
An Khánh(앙 칸)에게 사과를 하며, 함께 이 난관을 헤쳐나가자고 한다.

★ 오늘의 핵심 표현

다음 문장을 큰 소리로 세 번씩 읽어보세요.   ▶ TRACK 26_01

---

❶ Má mong rằng một ngày nào đó, con yêu tà áo dài.   ☐1 ☐2 ☐3

언젠가 너도 아오자이를 사랑하게 되길 바란다.

....

❷ Mày còn quan tâm tới tao nữa sao?   ☐1 ☐2 ☐3

아직 내 걱정을 하긴 해?

....

❸ Tao với mày không còn gì để nói nữa.   ☐1 ☐2 ☐3

나랑 너는 더 이상 할 말이 없어.

....

❹ Nhưng mà, cái này thì được.   ☐1 ☐2 ☐3

하지만, 이건 할 수 있어.

26 하지만, 이건 할 수 있어. | 159

오늘의 장면 속 핵심 문장을 학습해 봅시다.

핵심 장면 ❶

▶ TRACK 26_02

니으 이의
엄마

Má mong rằng một ngày nào đó, con yêu tà áo dài.
언젠가 너도 아오자이를 사랑하게 되길 바란다.

Và thay má tiếp tục hành trình này.
그리고 엄마 대신에 이 길을 계속 가줘.

단어 yêu 사랑하다 | tiếp tục 계속하다 | hành trình 여정

핵심 장면 ❷

▶ TRACK 26_03

니으 이

An Khánh.
An Khánh(앙 칸).

Bà đi đâu vậy?
어디 갔다왔어?

Tôi lo cho bà lắm.
걱정 많이 했어.

앙 칸

Mày còn quan tâm tới tao nữa sao?
아직 내 걱정을 하긴 해?

단어 lo cho ~ ~걱정하다 | quan tâm tới ~ ~에(게) 관심있다

니으 이 Mình nói chuyện nha.
우리 이야기 좀 하자.

앙 칸 Tao với mày không còn gì để nói nữa.
나랑 너는 더 이상 할 말이 없어.

니으 이 Còn, còn…
있어, 있어…

Bà cho tôi nói chuyện thêm một lần nữa thôi.
한 번만 더 얘기할 기회를 줘.

단어 thêm ~ nữa 더 | một lần 한 번

니으 이 Bà cũng muốn giúp tôi mà.
너도 나를 도와주고 싶잖아.

Bà cũng muốn thoát khỏi cái cảnh này mà.
너도 이 상황에서 벗어나고 싶잖아.

앙 칸 Tao không thể giúp mày được đâu.
나는 너를 도와줄 수 없을 거야.

Nhưng mà, cái này thì được.
하지만, 이건 할 수 있어.

단어 thoát khỏi 벗어나다 | cảnh 형편, 환경

오늘의 장면 속 다양한 문형을 학습해 봅시다.

> ## Má mong rằng một ngày nào đó, con yêu tà áo dài.
> 언젠가 너도 아오자이를 사랑하게 되길 바란다.

🔍 mong rằng은 '~하길 바라다'라는 뜻입니다. '언젠가'를 의미하는 một ngày nào đó와 결합하여 '주어 + mong rằng một ngày nào đó + 서술어'의 형태로 '언젠가 ~하기를 바라다'라는 의미를 나타냅니다.

Em mong rằng một ngày nào đó, mình có thể gặp lại nhau.	언젠가 우리가 다시 만날 수 있기를 바라요.
Tôi mong rằng một ngày nào đó, tôi sẽ thực hiện được ước mơ của mình.	언젠가 제 꿈을 이룰 수 있기를 바라요.

단어 nhau 서로 | thực hiện 실현하다, 실행하다 | ước mơ 꿈

> ## Mày còn quan tâm tới tao nữa sao?
> 아직 내 걱정을 하긴 해?

🔍 9강에서 배운 còn ~ nữa는 '~도 했네'라는 뜻으로 추가적으로 어떤 행위를 했을 경우 사용합니다. sao는 문장 끝에서 다양한 의미가 있지만 여기에서는 평서문을 의문문으로 바꿔주는 역할을 합니다. 그래서 'còn ~ nữa sao?'는 '~도 해요?'라는 의미를 나타냅니다.

Nó còn thiếu nợ nữa sao?	걔 아직도 빚져요?
Giờ này còn ngủ nướng nữa sao?	이 시간에 아직도 늦잠 자요?

단어 thiếu nợ 빚지다 | ngủ nướng 늦잠을 자다

Tao với mày không còn gì để nói nữa.

나랑 너는 더 이상 할 말이 없어.

🔍 'không còn gì để + 동사'는 '더 이상 ~할 것이 없다'라는 뜻입니다. 문장 끝에 nữa를 붙이면 더 자연스러운 표현이 됩니다.

Ở đây không còn gì để dọn dẹp nữa.　　여기는 더 이상 청소할 것이 없어요.

Không còn gì để em bận tâm nữa.　　내가 더 이상 신경 쓸 것이 없어요

> 단어　dọn dẹp 청소하다 | bận tâm 신경을 쓰다, 마음을 쓰다

Nhưng mà, cái này thì được.

하지만, 이건 할 수 있어.

🔍 '대상 + thì được'은 '~(은)는 되다, 가능하다'라는 뜻으로 이미 언급된 다른 대상은 불가능하지만 이 대상은 가능하다는 의미를 나타냅니다. thì와 được 사이에 동사를 넣어 사용할 수도 있습니다.

Giảm giá hả? Cái áo này thì được, còn cái kia thì không.　　할인요? 이 옷은 되는데 저것은 안돼요.

Hai cái này thì lấy được, lấy thêm thì không đủ.　　이 두 개는 가져갈 수 있는데 더 가져가면 부족해요.

> 단어　giảm giá 할인하다 | đủ 충분한

오늘의 장면을 떠올리며 문제를 풀어보세요.

1 보기에서 적절한 단어를 골라서 대화를 완성하세요.

> 보기   thì được   thoát khỏi   tiếp tục   còn ~ nữa sao

❶ Và thay má _____ hành trình này.
그리고 엄마 대신에 이 길을 계속 가줘.

❷ Bà cũng muốn _____ cái cảnh này mà.
너도 이 상황에서 벗어나고 싶잖아.

❸ Nhưng mà, cái này _____.
하지만, 이건 할 수 있어.

❹ Mày _____ quan tâm tới tao _____?
아직 내 걱정을 하긴 해?

2 다음 문장을 베트남어로 써 보세요.

❶ 우리 더이상 실패할 수 없어.

_____

❷ 나랑 너는 더이상 할 말이 없어.

_____

❸ 언젠가 너도 아오자이를 사랑하게 되길 바란다.

_____

27 기대할 만하네요.

 **오늘의 장면**

어머니의 비결로 Như Ý(니으 이)와 An Khánh(앙 칸)은 힘을 합쳐 아오자이를 만들기 시작한다.

★ 오늘의 핵심 표현

다음 문장을 큰 소리로 세 번씩 읽어보세요. ▶ TRACK 27_01

1 Khâu nào cũng quan trọng hết.
어느 단계든 다 중요하단다.
`1` `2` `3`

2 Cắt xong rập nào phải ủi ngay rập đó cho thẳng nếp.
라인이 살 수 있도록 패턴은 뜨자마자 바로 다려야 해.
`1` `2` `3`

3 Nút muốn kết cho đẹp thì sợi chỉ phải trải đều.
단추를 예쁘게 꿰매기 위해서는 실밥이 균일하게 뻗어있어야 해.
`1` `2` `3`

4 Đáng để chờ đợi đấy.
기대할 만하네요.
`1` `2` `3`

오늘의 장면 속 핵심 문장을 학습해 봅시다.

핵심 장면 ❶

 TRACK 27_02

**니으 이의
엄마**

Một chiếc áo dài hoàn chỉnh phải qua 5 giai đoạn.
완전한 아오자이가 되기까지는 5단계를 거쳐야 한다.

Đo, cắt, ráp, luôn vải, kết nút và ủi.
재기, 재단하기, 조립, 천 꿰매기, 단추 달기, 다리기.

Khâu nào cũng quan trọng hết.
어느 단계든 다 중요하단다.

Tất cả đều phải có sự phối hợp nhuần nhuyễn, may
ra cái áo dài mới đẹp.
모든 것이 물 흐르듯이 잘 맞아야 돼, 그래야 예쁜 아오자이가 만들어질 수
있단다.

단어 hoàn chỉnh 완벽한, 완전한 | qua 거치다 | đo 재다 | ráp 조립하다 | kết nút 단추를 달다 |
ủi 다리다 | khâu 단계 | quan trọng 중요한 | sự phối hợp 결합, 협조 |
nhuần nhuyễn 능숙한, 숙달된

핵심 장면 ❷

TRACK 27_03

**니으 이의
엄마**

Đường viền phải nhuyễn áo dài mới đẹp.
솔기가 얇아야 아오자이가 예쁘게 나올 수 있어.

Thợ cắt phải canh sao cho đúng, thì tà mới úp mông,
không bị dạt tà.
재단사가 (치수를) 정확히 재야 해, 그래야 엉덩이가 딱 가려지고, 옷자락이
갈라지지 않아.

Cắt xong rập nào phải ủi ngay rập đó cho thẳng nếp.
라인이 살 수 있도록 패턴은 뜨자마자 바로 다려야 해.

단어 đường viền 솔기, 라인 | phải + 동사 + sao cho đúng A가 어떻게 해서든 B를 정확히 해
야 한다 | tà 옷자락 | úp 덮다 | rập 틀 | thẳng 곧은, 직선의 | nếp 주름

TRACK 27_04

**니으 이의
엄마**

Nút muốn kết cho đẹp thì sợi chỉ phải trải đều,
không được dồn cục.

단추를 예쁘게 꿰매기 위해서는 실밥이 균일하게 뻗어있어야 해. 뭉치면 안
된단다.

Chiếc áo may ra mới sắc sảo được.

그래야 옷이 섬세하게 만들어져.

단어 nút 단추 | sợi chỉ 실밥 | trải 펼치다 | đều 균등히, 규칙적으로 | dồn cục 뭉치다 |
sắc sảo 날카로운, 영리한

 TRACK 27_05

**짱 응오의
직원**

Trời ôi, mẫu thiết kế nào cũng đẹp hết trơn.

어머, 디자인이 다 예쁘네.

Trang Ngô chắc sẽ khó chọn lựa lắm đây.

Trang Ngô(짱 응오)가 쉽게 고를 수 없겠어.

탄 로앙

Đáng để chờ đợi đấy.

기대할 만하네요.

단어 trời ôi 세상에 | 형용사 + hết trơn 다 ~하다(베트남 남부 지역 방언) | khó + 동사 ~하기
어려운 | lựa chọn 선택하다 | chờ đợi 기다리다

오늘의 장면 속 다양한 문형을 학습해 봅시다.

> ## Khâu nào cũng quan trọng hết.
> 어느 단계든 다 중요하단다.

🔍 'A nào cũng B'은 '어느 A든 역시 B하다'라는 뜻으로 모든 것을 긍정의 표현으로 말할 때 사용합니다. 예를 들어 베트남 사람은 '매일 아침 A하다'라는 표현보다 '어느 아침이든 A하다'라고 합니다.

Sáng nào cũng trống lịch mà.　　　　　매일 아침 스케줄이 비어 있잖아요.

Tháng nào cũng có khách VIP.　　　　매달 VIP 손님이 있어요.

> 단어 trống lịch 스케줄이 비어 있는

> ## Cắt xong rập nào phải ủi ngay rập đó cho thẳng nếp.
> 라인이 살 수 있도록 패턴은 뜨자마자 바로 다려야 해.

🔍 '동사1 xong + A + nào phải 동사2 ngay + A + đó'는 'A를 다 '동사1' 하자마자 바로 그 A를 '동사2'를 해야 한다'라는 뜻입니다. phải 대신 thì를 사용할 수 있습니다.

Điền xong tờ nào phải gửi ngay tờ đó.　작성을 다 한 서류부터 바로 보내야 해요.

Giải xong câu nào thì nộp ngay câu đó.

푼 문제부터 바로 제출하세요.

> 단어 điền 적다, 작성하다 | tờ 종이 | giải 풀다 | câu (hỏi) 질문, 문제

Nút muốn kết cho đẹp thì sợi chỉ phải trải đều.

단추를 예쁘게 꿰매기 위해서는 실밥이 균일하게 뻗어있어야 해.

🔍 muốn 뒤에 동사가 오면 '~하고 싶다'라는 의미로, 가정을 나타내는 thì와 당위성을 나타내는 phải가 결합하여 'muốn A thì phải B'인 'A하고 싶으면 B해야 하다'라는 뜻이 됩니다. thì와 phải 사이에 주어를 넣어 표현할 수 있습니다.

Muốn làm tốt thì em phải học hỏi nhiều.

잘하고 싶으면 많이 배워야 해.

Muốn tránh kẹt xe thì phải đi sớm.

교통체증을 피하고 싶으면 일찍 가야 해요.

> 단어   học hỏi 배우다, 공부하다

Đáng để chờ đợi đấy.

기대할 만하네요.

🔍 'đáng để ~'는 '~할 만하다'라는 뜻입니다. 가끔 để를 생략해서 말하는 경우도 있습니다.

Quán này ngon thật!
Đáng để xếp hàng chờ đấy.

이 식당 정말 맛있다!
줄 서서 기다릴 만하네요.

Cái này tốt đó, đáng để bỏ tiền ra mua.

이거 좋네요, 돈을 주고 살 만해요.

> 단어   xếp hàng 줄을 서다 | bỏ tiền ra mua 돈을 주고 사다

오늘의 장면을 떠올리며 문제를 풀어보세요.

1 보기에서 적절한 단어를 골라서 대화를 완성하세요.

보기 **nào cũng** **hoàn chỉnh** **khó** **hết trơn**

❶ Một chiếc áo dài _____ phải qua 5 giai đoạn.
완전한 아오자이가 되기까지는 5단계를 거쳐야 한다.

❷ Mẫu thiết kế nào cũng đẹp _____.
디자인이 다 예쁘네.

❸ Trang Ngô chắc sẽ _____ chọn lựa lắm đây.
Trang Ngô(짱 응오)가 쉽게 고를 수 없겠어.

❹ Khâu _____ quan trọng hết.
어느 단계든 다 중요하단다.

2 다음 문장을 베트남어로 써 보세요.

❶ 기대할 만하네요.

_____

❷ 라인이 살 수 있도록 패턴은 뜨자마자 바로 다려야 해.

_____

❸ 그래야 옷이 섬세하게 만들어져.

_____

정답 확인

1 ① hoàn chỉnh ② hết trơn ③ khó ④ nào cũng

2 ① Đáng để chờ đợi đấy. ② Cắt xong rập nào phải ủi ngay rập đó cho thẳng nếp.
③ Chiếc áo may ra mới sắc sảo được.

#28

누나가 그것을 빼앗을 권한은 없어.

 오늘의 장면

드디어 Như Ý(니으 이)와 An Khánh(안 칸)이 디자인한
아오자이 컬렉션을 패션 무대에서 선보이는데...

★ 오늘의 핵심 표현

다음 문장을 큰 소리로 세 번씩 읽어보세요.   ▶ TRACK 28_01

❶ Đổi Như Ý thành Team Thiết Kế Helen.
Như Ý(니으 이) 이름을 헬렌 디자인팀으로 바꿔요.

`1` `2` `3`

❷ Chị không có quyền cướp nó đi.
누나가 그것을 빼앗을 권한은 없어.

`1` `2` `3`

❸ Chị nghĩ Như Ý làm tất cả chỉ vì căn nhà sao?
Như Ý(니으 이)가 오직 집을 위해서 모든 걸 했다고 생각해?

`1` `2` `3`

❹ Khi nào xong hết mọi chuyện, chị với mày sẽ
nói về những cái chủ đề cao cả hơn.
모든 게 다 끝나면 (우리) 그때 더 고차원적인 주제에 대해 논의해
보자고.

`1` `2` `3`

오늘의 장면 속 핵심 문장을 학습해 봅시다.

핵심 장면 ❶

▶ TRACK 28_02

MC
Dạ chào chị.
안녕하세요.

헬렌
Cho tôi xem lại kịch bản lần cuối.
마지막으로 시나리오 한 번 보여주세요.

Đổi Như Ý thành Team Thiết Kế Helen.
Như Ý(니으 이) 이름을 헬렌 디자인팀으로 바꿔요.

단어 kịch bản 시나리오, 대본 | lần cuối 마지막

핵심 장면 ❷

▶ TRACK 28_03

뚜엉
Helen. Tại sao chị lại làm như vậy?
헬렌. 왜 그렇게 했어?

헬렌
Tại sao không?
왜 못 하는데?

뚜엉
Bộ sưu tập, tất cả là của Như Ý.
이 컬렉션 모든 게 다 Như Ý(니으 이)의 것인데.

Chị không có quyền cướp nó đi.
누나가 그것을 빼앗을 권한은 없어.

단어 cướp 빼앗다

TRACK 28_04

헬렌   Bây giờ là lúc nói chuyện kinh doanh.
지금은 비즈니스 얘기를 할 때야.

Mọi thứ đều sòng phẳng.
모든 건 다 공정해.

Bộ sưu tập thuộc về công ty, Như Ý giữ lại được căn nhà.
컬렉션은 회사의 재산이 되고, Như Ý(니으 이)는 집을 지킬 수 있어.

뚜엉   Chị nghĩ Như Ý làm tất cả chỉ vì căn nhà sao?
Như Ý(니으 이)가 오직 집을 위해서 모든 걸 했다고 생각해?

단어   kinh doanh 경영하다 | sòng phẳng 공정한 | A thuộc về B A가 B에 속하다

핵심 장면 ❹

 TRACK 28_05

헬렌   Mày cứ đợi đó đi.
기다려.

Khi nào xong hết mọi chuyện, chị với mày sẽ nói về những cái chủ đề cao cả hơn.
모든 게 다 끝나면 (우리) 그때 더 고차원적인 주제에 대해 논의해 보자고.

단어   cao cả 위대한, 고상한

오늘의 장면 속 다양한 문형을 학습해 봅시다.

> ## Đổi Như Ý thành Team Thiết Kế Helen.
> Như Ý(니으 이) 이름을 헬렌 디자인팀으로 바꿔요.

🔍 đổi는 동사로 '바꾸다'라는 뜻입니다. 'đổi A thành B'는 'A를 B로 바꾸다'라는 의미로, thành 대신에 qua를 사용할 수 있습니다.

Em đổi tiền đô thành tiền Việt cho anh nhé.
달러를 베트남 돈으로 바꿔 주세요.

Đổi phòng ngủ qua phòng làm việc.
침실을 일하는 방으로 바꿔요.

> **단어** tiền đô 달러 | phòng ngủ 침실

> ## Chị không có quyền cướp nó đi.
> 누나가 그것을 빼앗을 권한은 없어.

🔍 không có는 동사로 '~(이)가 없다'라는 뜻입니다. '권한, 권리'를 의미하는 quyền과 결합하여 '주어 + không có quyền + 서술어'를 사용하면 주체에게 '어떤 권한이 없다'라는 의미가 됩니다.

Anh không có quyền can thiệp vào chuyện riêng của em.
너는 나의 개인사에 간섭할 권한이 없어.

Nó không có quyền nói với em như thế.
걔는 나한테 그렇게 말하면 안 돼. (걔는 나한테 그렇게 말할 권리가 없어.)

> **단어** can thiệp 간섭하다 | chuyện riêng 사정, 개인 일

Chị nghĩ Như Ý làm tất cả chỉ vì căn nhà sao?

Như Ý(니으 이)가 오직 집을 위해서 모든 걸 했다고 생각해?

🔍 nghĩ는 동사로 '생각하다'라는 뜻입니다. 평서문을 의문문으로 바꿔주는 sao와 결합하여 'nghĩ ~ sao?' 의 형태로 '~한다고 생각해요?'라는 의미를 나타냅니다.

Ngay cả em cũng nghĩ anh nên dừng lại sao?

너조차도 내가 그만해야 된다고 생각해?

Chị nghĩ em có thể thăng chức sao?

내가 승진할 수 있다고 생각해요?

단어 dừng lại 멈추다, 그만하다 | thăng chức 승진하다

Khi nào xong hết mọi chuyện, chị với mày sẽ nói về những cái chủ đề cao cả hơn.

모든 게 다 끝나면 (우리) 그때 더 고차원적인 주제에 대해 의논해 보자고.

🔍 'khi nào A thì B'는 '언젠가 A하면 B하다'라는 의미를 나타내며, 'khi nào A'는 '불특정한 시간, 즉 언제일 지 모르지만 언젠가 A를 한다면'을 뜻합니다. thì는 생략이 가능합니다.

Khi nào trang điểm xong thì em gọi anh nhé.

(언제) 메이크업이 다 끝나면 오빠를 부를게.

Khi nào đến, ngồi nghỉ chờ chị tí nhé.

(언제) 도착하면 앉아서 쉬고 조금만 기다려 줘.

단어 trang điểm 메이크업하다 | ngồi 앉다 | 동사 + tí 조금 ~하다

오늘의 장면을 떠올리며 문제를 풀어보세요.

1 보기에서 적절한 단어를 골라서 대화를 완성하세요.

> 보기 lần cuối   nghĩ ~ sao   không có quyền   thuộc về

❶ Chị _____ cướp nó đi.

누나가 그것을 빼앗을 권한은 없어.

❷ Bộ sưu tập _____ công ty.

컬렉션은 회사의 재산이 되고.

❸ Cho tôi xem lại kịch bản _____.

마지막으로 시나리오 한 번 보여주세요.

❹ Chị _____ Như Ý làm tất cả chỉ vì căn nhà _____?

Như Ý(니으 이)가 오직 집을 위해서 모든 걸 했다고 생각해?

2 다음 문장을 베트남어로 써 보세요.

❶ 헬렌. 왜 그렇게 했어?

_____

❷ Như Ý(니으 이) 이름을 헬렌 디자인팀으로 바꿔요.

_____

❸ 이게 말이 돼?

_____

오늘의 장면

쇼를 무사히 마친 Như Ý(니으 이).
Như Ý(니으 이)는 무대에 나와 소감을 발표하며 헬렌에게 고마움을 표하는데...

★오늘의 핵심 표현

다음 문장을 큰 소리로 세 번씩 읽어보세요.   ▶ **TRACK 29_01**

❶ Thực sự là… tôi đang cảm thấy rất là hạnh phúc.   [1] [2] [3]
사실... 저 지금 아주 행복합니다.

❷ Khi xã hội phát triển thì những cái gọi là   [1] [2] [3]
nguồn cội hay gốc rễ...
사회의 발전에 따라 근원 또는 뿌리라고 불리는 것들도...

❸ Và tôi muốn dành một lời cảm ơn đến cho   [1] [2] [3]
một người.
그리고 저는 한 사람에게 감사하다는 말을 전하고 싶습니다.

❹ Chắc chắn show diễn ngày hôm nay sẽ không   [1] [2] [3]
thể nào thành công.
오늘의 패션쇼는 절대로 성공하지 못했을 것입니다.

★영화 속 바로 이 장면

오늘의 장면 속 핵심 문장을 학습해 봅시다.

핵심 장면 ❶

 TRACK 29_02

니으이   Xin cảm ơn… tất cả quý vị.
여러분... 정말 감사합니다.

Thực sự là… tôi đang cảm thấy rất là hạnh phúc.
사실... 저 지금 아주 행복합니다.

Bởi vì tôi chưa bao giờ nghĩ là mình có thể đứng trên cái sàn diễn thời trang này, và nói về áo dài.
왜냐하면 제가 이 패션쇼 무대에 서서 아오자이에 대해 말하게 될 거라고 상상조차 하지 못했기 때문이에요.

단어 rất là 아주, 매우 | hạnh phúc 행복한 | đứng trên ~ ~에 서다 | sàn diễn 무대 | bởi vì 왜냐하면, ~하기 때문에

핵심 장면 ❷

 TRACK 29_03

니으이   Khi xã hội phát triển thì những cái gọi là nguồn cội hay gốc rễ...
사회의 발전에 따라 근원 또는 뿌리라고 불리는 것들도...

Nó cũng sẽ năng động mà tiến bộ theo.
그것들도 자연스럽게 따라서 발전하죠.

Áo dài chính là nguồn cội đó.
아오자이는 바로 그 근원입니다.

단어 xã hội 사회 | phát triển 발전하다, 성장하다 | nguồn gội 근원 | gốc rễ 뿌리 | năng động 능동적인 | tiến bộ 진보하다

TRACK 29_04

니으 이 Trong chuyến hành trình đi tìm lại nguồn cội của chiếc áo dài,
아오자이의 근원을 되찾아가는 과정에서

Tôi đã tìm lại được tình cảm gia đình.
저는 가족의 사랑을 되찾았습니다.

Tìm thêm được một tình bạn cùng lứa.
또래 친구도 찾았습니다.

Và tôi muốn dành một lời cảm ơn đến cho một người.
그리고 저는 한 사람에게 감사하다는 말을 전하고 싶습니다.

단어 tình cảm 감정 | gia đình 가족 | tình bạn 우정 | cùng lứa 또래

  TRACK 29_05

니으 이 Nếu không có người đó...
그 사람이 없었다면...

Chắc chắn show diễn ngày hôm nay sẽ không thể nào thành công.
오늘의 패션쇼는 절대로 성공하지 못했을 것입니다.

Đó chính là Helen.
바로 헬렌입니다.

단어 show diễn 쇼, 공연 | thành công 성공하다

오늘의 장면 속 다양한 문형을 학습해 봅시다.

> # Thực sự là… tôi đang cảm thấy rất là hạnh phúc.
> 사실... 저 지금 아주 행복합니다.

🔍 cảm thấy는 '느끼다'라는 뜻으로 소감이나 느낌을 말할 때 쓰는 표현입니다. cảm thấy를 줄여 thấy로
사용할 수 있습니다.

Em cảm thấy mình không phù hợp với công việc này.	저는 제 자신이 이 일에 어울리지 않은 것 같아요.
Chị có cảm thấy ở đây hơi ngột ngạt không?	여기 좀 답답하지 않아요?

단어 phù hợp với ~ ~에(게) 어울리다 | ngột ngạt 답답한

> # Khi xã hội phát triển thì những cái gọi là nguồn cội hay gốc rễ...
> 사회의 발전에 따라 근원 또는 뿌리라고 불리는 것들도...

🔍 'khi A thì B'는 'A할 때면 B하다'라는 뜻으로 A라는 상황이 일어나면 B라는 동작이 일어나는 것을 의미하
며 특정 시간을 표현합니다. 불특정 시간을 가리키는 khi nào와는 차이가 있습니다.

Khi lái xe thì không được uống rượu.	운전할 때 음주하면 안돼요.
Khi làm việc thì không nên làm chuyện riêng.	일을 할 때 사적인 일은 하지 마세요.

단어 uống rượu 술을 마시다, 음주하다

Và tôi muốn dành một lời cảm ơn đến cho một người.

그리고 저는 한 사람에게 감사하다는 말을 전하고 싶습니다.

🔍 'dành'은 '할애하다'라는 뜻으로, 'dành A đến cho B'라고 하면 'A라는 것을 B를 위해 할애하고 싶다' 혹은 'A라는 것을 B에게 전하고 싶다'라는 의미가 됩니다.

Cảm ơn các bạn đã dành thời gian đến cho chúng tôi.

저희에게 시간을 내주셔서 감사합니다.

Tôi muốn dành giải thưởng này đến cho nhóm của tôi.

저희 팀에게 이 상을 드리고 싶습니다.

> 단어 thời gian 시간 | giải thưởng 상 | nhóm 팀

Chắc chắn show diễn ngày hôm nay sẽ không thể nào thành công.

오늘의 패션쇼는 절대로 성공하지 못했을 것입니다.

🔍 chắc chắn은 문장 앞에 위치하여 '확실히 ~하다'라는 뜻으로 어떤 일에 대해 확신을 가지고 말할 때 사용합니다.

Chắc chắn đây sẽ là ký ức đáng nhớ nhất.

(확실히) 이게 가장 기억에 남는 추억이 될 거예요.

Chắc chắn em sẽ đến mà.

(확실히) 나 꼭 갈 거야.

> 단어 ký ức 추억 | đáng nhớ 기억할 만한

오늘의 장면을 떠올리며 문제를 풀어보세요.

1 보기에서 적절한 단어를 골라서 대화를 완성하세요.

보기

보기   **chắc chắn   cảm thấy   khi ~ thì   cùng lứa**

❶ Thực sự là… tôi đang _____ rất là hạnh phúc.

사실… 저 지금 아주 행복합니다.

❷ Tìm thêm được một tình bạn _____.

또래 친구도 찾았습니다.

❸ _____ show diễn ngày hôm nay sẽ không thể nào thành công.

오늘의 패션쇼는 절대로 성공하지 못했을 것입니다.

❹ _____ xã hội phát triển _____ những cái gọi là nguồn cội hay gốc rễ...

사회의 발전에 따라 근원 또는 뿌리라고 불리는 것들도...

2 다음 문장을 베트남어로 써 보세요.

❶ 저는 가족의 사랑을 되찾았습니다.

_____

❷ 그리고 저는 한 사람에게 감사하다는 말을 전하고 싶습니다.

_____

❸ 바로 헬렌입니다.

_____

정답 확인

1 ① cảm thấy ② cùng lứa ③ Chắc chắn ④ khi ~ thì

2 ① Tôi đã tìm lại được tình cảm gia đình. ② Và tôi muốn dành một lời cảm ơn đến cho một người.
③ Đó chính là Helen.

엄마, 정말 죄송해요.

오늘의 장면

드디어 어머니의 집을 지킨 Như Ý(니으 이), 이제 작별할 시간이 왔다.
작별인사를 마치고 1969년도로 돌아온 Như Ý(니으 이)는
어머니에게 사과를 하고 영화는 막을 내린다.

★ 오늘의 핵심 표현

다음 문장을 큰 소리로 세 번씩 읽어보세요.

▶ **TRACK 30_01**

❶ Cảm ơn vì tất cả những điều mà cậu đã dành cho tôi.
나를 위해 해준 모든 것, 너무 고마워.

`1` `2` `3`

❷ Nhưng có lẽ trong chuyện này thì tôi đã sai.
하지만 이번에는 내가 틀린 것 같아요.

`1` `2` `3`

❸ Ừ. Ngay ngắn lên.
응. 단정하게 놓아.

`1` `2` `3`

❹ Con cũng biết được điều gì quan trọng đối với mình và cả gia đình.
내 자신과 가족 모두에게 뭐가 중요한지 알게 됐어요.

`1` `2` `3`

오늘의 장면 속 핵심 문장을 학습해 봅시다.

핵심 장면 ❶

 ▶ TRACK 30_02

니으 이

Tuấn! Tôi làm được rồi.
Tuấn(뚜엉)! 나 해냈어.

Tôi chỉ muốn cảm ơn cậu.
고맙다는 말을 하고 싶어.

Cảm ơn vì tất cả những điều mà cậu đã dành cho tôi.
나를 위해 해준 모든 것, 너무 고마워.

단어 dành cho ~ ~(을)를 위해서

핵심 장면 ❷

▶ TRACK 30_03

헬렌

Chúc mừng cô.
축하해요.

Và cũng cảm ơn vì những lời nói mà cô đã dành cho tôi lúc nãy.
그리고 아까 나한테 해준 말들도 고마워요.

Tôi luôn muốn sòng phẳng trong mọi thứ.
나는 항상 모든 일에 공정하고 싶었어요.

Nhưng có lẽ trong chuyện này thì tôi đã sai.
하지만 이번에는 내가 틀린 것 같아요.

단어 lúc nãy 아까 | mọi thứ 모든 것

TRACK 30_04

양 칸   Nè, vải là không có được xộc xệch.
야, 천을 가지런히 놓지 않으면 안 돼.

Ừ. Ngay ngắn lên.
응. 단정하게 놓아.

단어 không có được ~하면 안되다 | xộc xệch 너저분한 | ngay ngắn 단정한

TRACK 30_05

니으 이   Con cũng biết được điều gì quan trọng đối với mình
và cả gia đình.
내 자신과 가족 모두에게 뭐가 중요한지 알게 됐어요.

Con hứa với má.
엄마한테 약속해요.

Con sẽ làm tốt vai trò của truyền nhân nhà Thanh Nữ.
Thanh Nữ(탄 느)의 후계자로서 역할을 잘 해낼게요.

Đó chính là may áo dài thiệt là tốt.
그것은 바로 아오자이를 정말 잘 만드는 것이에요.

단어 hứa với ~ ~에게 약속하다 | vai trò 역할

오늘의 장면 속 다양한 문형을 학습해 봅시다.

> ## Cảm ơn vì tất cả những điều mà cậu đã dành cho tôi.
> 나를 위해 해준 모든 것, 너무 고마워.

🔍 cảm ơn은 감사 인사로 '감사하다, 고맙다'라는 의미를 나타냅니다. cảm ơn 뒤에 이유를 나타내는 vì를 붙여 고마움의 이유를 설명할 때 사용합니다.

Cảm ơn vì đã luôn ủng hộ em.	언제나 나를 응원해줘서 고마워요.
Cảm ơn vì lời khen của bạn.	칭찬해 주셔서 감사합니다.

단어 ủng hộ 응원하다 | khen 칭찬하다

> ## Nhưng có lẽ trong chuyện này thì tôi đã sai.
> 하지만 이번에는 내가 틀린 것 같아요.

🔍 có lẽ는 '아마도 ~한 것 같다'라는 의미로 어떤 일을 추측할 때 사용합니다.

Nhiều mây đen quá, có lẽ trời sẽ mưa đó.	먹구름이 너무 많다, 비가 올 것 같아요.
Có lẽ chúng ta nên đẩy nhanh tiến độ.	아무래도 일정을 앞당겨야 할 것 같아요.

단어 mây đen 먹구름 | đẩy nhanh 앞당기다 | tiến độ 진도, 작업 일정

Ừ. Ngay ngắn lên.
응. 단정하게 놓아.

🔍 lên이 형용사 뒤에 올 경우 다양한 의미가 있지만 본문처럼 재촉이나 응원, 격려를 할 때 많이 사용합니다.

Nhấn mạnh lên thì mới mở được.　　　세게 눌러야 열 수 있어요.

Nhanh lên, sắp trễ rồi.　　　　　　　빨리 해, 늦어.

> **단어** nhấn 누르다 | mạnh 센, 강한

Con cũng biết được điều gì quan trọng đối với mình và cả gia đình.
내 자신과 가족 모두에게 뭐가 중요한지 알게 됐어요.

🔍 'đối với + 대상'은 '대상에게 있어서'라는 뜻입니다. đối với를 với로 줄여 사용할 수 있습니다.

Đối với em, việc này hơi quá sức.　　　저에게는 이 일이 좀 무리인 것 같아요.

Em có suy nghĩ gì đối với kế hoạch này?　이 계획에 대해 어떤 생각이 있어요?

> **단어** quá sức 무리한 | suy nghĩ 생각하다 | kế hoạch 계획

오늘의 장면을 떠올리며 문제를 풀어보세요.

1 보기에서 적절한 단어를 골라서 대화를 완성하세요.

보기	hứa với	có lẽ	cảm ơn vì	lên

❶ Nhưng _____ trong chuyện này thì tôi đã sai.

하지만 이번에는 내가 틀린 것 같아요.

❷ Con _____ má.

엄마한테 약속해요.

❸ Ừ. Ngay ngắn _____.

응. 단정하게 놓아.

❹ _____ tất cả những điều mà cậu đã dành cho tôi.

나를 위해 해준 모든 것, 너무 고마워.

2 다음 문장을 베트남어로 써 보세요.

❶ 고맙다는 말을 하고 싶어.

_____

❷ 나는 항상 모든 일에 공정하고 싶었어요.

_____

❸ 그것은 바로 아오자이를 정말 잘 만드는 것이에요.

_____

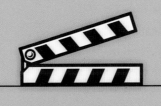

영화
스크립트

디자이너

니으 이	Thanh Loan, Huệ! Theo chị.
	Thanh Loan(탄 로앙), Huệ(후에)! 나를 따라와.
	Ố là la, em lấy cái màn cửa đắp lên người hả?
	울랄라, 너 커튼으로 몸을 휘감고 있는 거니?
탄 로앙	Áo dài này em tự cắt may lấy.
	이 아오자이는 제가 맞춘 거예요.
니으 이	Ừm... vậy thì ở nhà may luôn đi.
	음... 그럼 그냥 집에서 계속 옷을 맞추고 있어.
니으 이의 친구	Thôi, cho em nó theo. Nhưng mà nhớ, đứng xa xa mấy chị ra. Hì?
	그러지 말고, 동생 데리고 가. 하지만 언니들한테서 멀리 서 있도록 해. 응?
탄 로앙	Dạ.
	네.
니으 이	À! Nhưng vẫn phải may cho xong 2 cái đầm Biba đó nha!
	아! 그래도 비바 드레스 두 벌은 꼭 마무리해야 해!
니으 이의 엄마	Đã nói bao nhiêu lần rồi! Không được tuỳ tiện lấy thợ của xưởng.
	몇 번을 말했잖아! 가게의 재봉사들을 함부로 데려가면 안 된다고.
니으 이	Má ~ Xưởng này cũng là xưởng của con mà. Chẳng lẽ con hổng được lấy thợ?
	엄마~ 이 가게는 제 것이기도 하잖아요. 설마 저는 재봉사를 데리고 갈 수 없나요?
니으 이의 엄마	Cô nói cái gì?
	뭐라고?
	Đừng có tưởng đi ra ngoài lấy ba cái danh hiệu, rồi về đây lên mặt với tôi.
	밖에서 그 따위 자격증 가지고 와서 나한테 잘난체할 생각하지마.
	Núi cao còn có núi cao hơn. Liệu hồn.
	뛰는 놈 위에 나는 놈이 있다고 했어. 조심해.
니으 이	Má ~
	엄마~
니으 이의 엄마	Con Loan đi với nó đi. Con Huệ ở lại lo 2 cái áo dài của bà Thái.
	Loan(로앙)은 걔랑 같이 가고, Huệ(후에)는 Thái(타이) 아줌마의 아오자이를 마무리하도록 해.
	Chiều bả lấy đó.
	오후에 그 아줌마가 와서 가져갈 거야.
니으 이	À lê.
	가자.
니으 이의 엄마	Dài vai, ba mươi mốt.
	어깨, 31.

쌀의 여왕	Trời ơi, đúng là con gái rượu nhà Thanh Nữ mà. 세상에, 역시 Thanh Nữ(탄 느) 아오자이 가게의 외동딸이야.
	Đệ Nhất Thanh Lịch ba năm rồi, mà chưa ai giựt nổi danh hiệu nổi tiếng này. 3년 연속 미스 사이공으로 선정됐는데, 아직까지 아무도 저 아이의 타이틀을 빼앗을 수가 없네.
니으 이의 엄마	Ủa, chị cũng theo dõi thời trang hả chị? 근데, 언니도 패션 트렌드 봐요?
	Ở dưới Tây Đô, người ta có theo mốt hông chị? Tây Đô(떠이 도) 사람들은 유행을 따르나요?
쌀의 여왕	Sức mấy. 그럴리가.
	Bởi vậy nữ hoàng gạo như tui mới phải lên nhà may Thanh Nữ chạy theo mốt theo thời nè. 그러니까 쌀의 여왕인 내가 유행을 따르려고 여기까지 올라와서 Thanh Nữ(탄 느) 가게를 찾은거죠.
니으 이의 엄마	Cổ, ba mươi. 목, 30.
쌀의 여왕	Cho rộng rộng tí đi. 좀 헐렁하게 해줘.
니으 이의 엄마	Ba mươi mốt. 31
쌀의 여왕	Tui nghe nói, dạo này Thanh Nữ nhiều mốt lắm, có cả đồ Tây nữa phải hông chị? 듣기로는 요즘 Thanh Nữ(탄 느)에 다양한 스타일이 있다던데, 서양 스타일까지 있는 게 맞죠?
	Hôm nào chị may cho tui một bộ nha. 언젠가 나한테도 옷 한 벌 해 주세요.
니으 이의 엄마	Cái đó là con Như Ý nó đua đòi. 그건 Như Ý(니으 이) 애의 허영심이지.
	Chứ cái nhà này bao nhiêu đời chị biết rồi đó. 이 아오자이 가게가 몇 세대를 거쳐왔지 언니도 잘 알잖아요.
	Trung thành với cái áo dài là cái phước cái phận rồi chị ơi. 아오자이에 대한 충성은 행운이자 운명이에요.
	Eo trên, chín mốt. Eo dưới, chín mươi sáu. 위 허리둘레 91. 아래 허리둘레 96.
쌀의 여왕	Hồi xưa có năm mươi sáu hà. 옛날에는 56cm밖에 안 됐어.
니으 이의 엄마	Hồi xưa của chị chắc lâu lắm rồi phải hông chị? 그 '옛날'은 아주 오래 전이겠죠?

| 쌀의 여왕 | Do ăn gạo riết đó chị ơi. À, mà tui nói thiệt chị nghe nha! |

쌀의 여왕 | Do ăn gạo riết đó chị ơi. À, mà tui nói thiệt chị nghe nha!
쌀을 계속 먹어서 그래요. 아니 근데, 솔직히 말할 테니 들어봐요!

Hiếm có cái nhà may nào mà mấy đời truyền lại mà vẫn nức tiếng.
몇 세대나 지났지만 여전히 인기가 많은 아오자이 가게는 아주 드물잖아요.

Tui... tui hỏi nhỏ chị nha. Có phải nhờ viên ngọc hông? Tui có đọc báo rồi đó nghe.
저... 조심스럽게 물어보는건데. 그 구슬 덕분인 것이 맞아요? 나는 신문을 읽었거든요.

니으 이의 엄마 | Mời chị uống trà.
차 드세요.

TAKE 02

니으 이의 친구 | Mỗi lần madam mở concert là y như rằng cả Sài Gòn này đều náo loạn.
마담이 콘서트를 열 때마다 사이공 전체가 시끌벅적하네.

Bọn hắn đến xem Mademoiselle Như Ý cho cả Sài Gòn mặc cái chi nờ.
다들 Như Ý(니으 이)가 사이공에 어떤 디자인을 선보일지 보러 온 거죠 뭐.

Chị, nghe nói á, có con nhỏ từ Paris về. "Givenchy" lắm!
언니, 듣기로는 프랑스에서 온 여자 애가 있데요. 엄청 시크하데요!

Cái con nhỏ nó, đeo cái nớ đỏ đỏ.
쟤가 그 여자애예요. 저 빨간색 장갑을 낀 여자요.

니으 이 | Lại tính cho madame thành Audrey Hepburn?
마담을 오드리 햅번으로 만드려는 거야?

Xưa rồi Diễm! Bây giờ là thời của Swinging London!
촌스러워! 지금은 스윙잉 런던 시대야!

비서 | La personne suivante. Mademoiselle Như Ý!
다음으로는 미스 Như Ý(니으 이)!

니으 이 | Madam, madam có một bờ vai rất mạnh.
마담! 마담은 아주 강한 어깨를 가지고 있어요.

Áo liền quần theo kiểu palazzo giống như chiếc quần của thuỷ thủ Coco Chanel năm 20.
20년대 샤넬의 선원 바지 같은 팔라초 스타일의 점프 수트.

Mình sẽ dùng lụa rũ để cho mềm dáng.
부드러운 실크를 사용해서 라인을 부드럽게 만들 거예요.

Không đi cổ và vai theo kiểu sơ mi truyền thống mà để cổ Halter để khoe vai và lưng.
옷깃하고 어깨는 전통 셔츠 스타일이 아닌, 어깨와 등이 강조될 수 있도록 홀터넥으로 할 거예요.

Đầm 'Muy-lê' đường nhấn beo kiểu, đường couper pli nổi.
뮬렛 드레스에 스타일 있는 셔링, 굵은 솔기.

Áo bét lưng, váy chữ A, khăn trùm Biba. Thanh nhã, lịch duyệt.
등이 보이는 상의, A라인 치마, 비바 스카프. 우아하고 세련되게.

Madam, s'il vous plait?
마담, 마음 드세요?

비서 Bonjour, madam Thanh Mai.
Thanh Mai(탄 마이) 마담, 안녕하세요.

니으 이의 엄마 Chị mình Lê Phương. Chị vẫn đẹp như ngày nào.
우리 *Lê Phương*(레 프엉) 언니. 언니는 여전히 예쁘시네요.

비서 Kính thưa quý bà và quý ông, chúng ta hãy cùng nghênh đón những tuyệt phẩm tân nhạc danh bất hư truyền qua tiếng hát diễm tình của Madam Kiều Bảo Hân.
신사 숙녀 여러분, *Kiều Bảo Hân*(끼우 바오 헝) 마담의 절절한 목소리로 듣는 명불허전 명곡들입니다. 박수로 환영해주세요.

관객 Ôi, madam mặc áo dài đẹp quá.
우와, 마담이 아오자이를 입으니깐 너무 아름다워요.

니으 이 Áo dài, áo dài. Lúc nào cũng áo dài.
아오자이, 아오자이. 언제나 아오자이.

탄 로앙 Chị, chị đừng có buồn nữa mà.
언니, (더 이상) 슬퍼하지 마요.

니으 이의 엄마 Khóc đã chưa?
다 울었어?

Vẫn chưa biết mình sai ở đâu à?
뭐가 잘못인지 아직 모르겠어?

Chưa học bò mà đã lo học chạy.
기는 법을 배우기 전에 뛰는 법을 배우면 어떡해.

Con gái nhà may Thanh Nữ, trước tiên thì phải giỏi cái áo dài chứ!
Thanh Nữ(탄 느) 아오자이 가게의 딸로서 아오자이를 만드는 법부터 배워야지!

니으 이 Cái đó là điều má muốn chứ không phải con muốn.
그건 엄마가 원하는 거지, 내가 원하는 게 아냐.

니으 이의 엄마 Má nói là để con biết điểm yếu của mình ở đâu mà khắc phục.
네 자신의 약점이 뭔지 깨닫고 그것을 극복할 수 있게 해주려고 말해주는 거야.

Ráng mà lo học cho được cái áo dài đi, rồi muốn tailor âu phục gì đó, thì tuỳ.
아오자이를 만드는 법이나 열심히 배우고 나서 양복이든 뭐든 만들고 싶으면 마음대로 해.

니으 이 Con đã nói với má trăm lần rồi.
내가 엄마한테 백번이나 말했잖아.

Con không muốn học may áo dài đâu, con không muốn học mà.
아오자이 만드는 법 배우고 싶지 않다고. 배우고 싶지 않아.

니으 이의 엄마	Thanh Loan, giúp má dọn dẹp nha!
	Thanh Loan(탄 로앙), 청소 부탁해!
탄 로앙	Dạ.
	네.
니으 이의 엄마	Khuya rồi, đi ngủ sớm đi.
	늦었어, 일찍 자렴!
니으 이	Chị là Cô Ba Sài Gòn.
	나는 미스 사이공이야.
	Chị không cần may áo dài cũng có thể làm truyền nhân của nhà Thanh Nữ được.
	아오자이를 만들 줄 몰라도 Thanh Nữ(탄 느)의 후계자가 될 수 있어.
	I can do it.
	난 할 수 있어.

TAKE 03

니으 이의 엄마	Chà, mới tháng trước mà tháng này lớn bộn ta.
	자, 지난 달에 봤지만 이번 달에도 이렇게 무럭무럭 자랐구나.
니으 이	Má, má thấy con vẽ đẹp không.
	엄마, 나 잘 그렸지?
니으 이의 엄마	Cô lại muốn cái gì nữa đây?
	또 뭘 원하는 건데?
니으 이	Thưa má ! Từ bây giờ con sẽ học may áo dài.
	어머니! 저 이제부터 아오자이 만드는 것을 배울 거예요.
	Má muốn con may áo dài mà. Biết. Con biết làm chớ bộ.
	엄마가 원하는 게 내가 아오자이 만드는 것을 배우는 거잖아. 알아. 나도 만들 줄 안다고.
탄 로앙	Luôn vải, luôn vạt mông.
	원단을 꿰매고, 뒷자락 꿰매고.
니으 이	"Luồn" vải, "luồn" vạt mông.
	원단을 꾸미고, 뒷자락 꾸미고.
니으 이의 엄마	Gần cả năm trời rồi! Học trả hết cho thầy.
	거의 일년 됐잖아! 배운 거 선생님한테 다 돌려줬구만.
	Ngọc không giũa không là ngọc quý. Học phải đi đôi với hành.
	구슬이 서말이라도 꿰어야 보배라고. 공부는 실습과 병행되어야 해.
	Học lại từ đầu.
	처음부터 다시 배우거라.
니으 이	Má! Con biết may áo dài rồi, má cho con mở xưởng riêng làm Âu phục nha má.
	엄마! 내가 아오자이를 만들 수 있다면 양복 공장을 열 수 있도록 해줘요.

니으 이의 엄마	May được đi rồi tính.
	하고 말해.
	Phụng ơi! Con có thấy khúc vải màu ngà của cô đâu không con?
	Phụng(품)아! 내 낡은 아이보리색 천 어디 있는지 봤어?
직원	Dạ! Hôm bữa con có thấy...
	네, 저번에 제가 봤는데...
니으 이	À! Cái xấp vải mà có cái bông nhuyễn nhuyễn đúng không má.
	아! 작은 꽃 무늬있는 천 조각 맞아요?
니으 이의 엄마	Đúng rồi.
	맞아.
니으 이	Con lấy may đầm rồi. Chứ cái đó mà may áo dài uổng thấy mồ.
	그거로 드레스 만들었어요. 그거로 아오자이 하기는 아깝잖아요.
니으 이의 엄마	Con nói cái gì? Hả? Xấp đó của bà Trưởng Nha mà?
	너 뭐라고 했어? 어? 그거 Trưởng Nha(쯔엉 냐) 사모님 것인데?
직원	Trời đất ơi! Bà đó khó dữ thần luôn đó.
	세상에! 그 사모님 엄청 까다로운데.
니으 이의 엄마	Cái chuyện này xảy ra bao nhiêu lần trong cái xưởng này rồi hả Như Ý?
	이런 일이 이 가게에서 몇 번이나 일어난거니, Như Ý(니으 이)?
	Riết rồi con không coi má ra cái gì hết vậy?
	너는 엄마 말이, 말 같지도 않니?
니으 이	Không phải...
	그게 아니라...
탄 로앙	Dạ thưa má.
	어머니.
	Hôm chủ nhật con có đi lấy vải nhà Bảo Châu, thấy bà Trưởng Nha cũng đi mua vải.
	지난 일요일에 제가 Bảo Châu(바오 쩌우) 집에 천을 가지러 다녀 왔는데요. Trưởng Nha(쯔엉 냐) 사모님도 천을 사러 오셨더라고요.
	Nhà họ còn cả trăm thước y chang vậy.
	그 집에 똑같은 천이 수백 미터나 있더라고요.
	Chắc là họ nói nhập một khúc...
	원단 한 필 들여온다고 한 거 같은데…
니으 이	Câm.
	조용히 해.
	Mày có cái quyền gì mà nói leo trong cái nhà này.
	너는 무슨 자격으로 이 집에서 말대꾸를 하니?
니으 이의 엄마	Như Ý! Xin lỗi Thanh Loan ngay!
	Như Ý(니으 이)! Thanh Loan(탄 로앙)에게 바로 사과해!

니으 이	Con là con của má, là truyền nhân của cái nhà này.
	나는 엄마의 딸이고. 이집의 후계자야.
	Mà má bắt con đi xin lỗi một cái con lụm ngoài đường về nuôi hả?
	그런데 엄마는 나보고 길에서 데려온 아이한테 사과하라는 거예요?
니으 이의 엄마	Cô nói cái gì ! Hả!? Truyền nhân hả!?
	뭐라고? 뭐? 후계자?
	Truyền nhân mà cô không may nổi một cái áo dài.
	후계자라면서 아오자이 한 벌도 못 맞추면서.

TAKE 04

니으 이	Áo dài cũ xì, có một kiểu may hoài.
	아오자이는 뒤쳐졌어요. 같은 디자인만 계속 만들잖아요.
	Mai mốt á, nó thành đồ cổ cho má coi.
	나중에 고물이 될 거예요.
니으 이의 엄마	Im ngay.
	조용히 해.
	Cái nhà này chín đời may áo dài, nổi tiếng nhất cái Sài Gòn.
	이 집은 9대째 아오자이를 만들어 왔어. 사이공에서 가장 유명하대.
	Không lo học may, mà bày đặt đi ra ngoài thi thố với người ta.
	봉제는 제대로 배우지도 않으면서 사회에 나가서 다른 사람들이랑 겨룬다니.
	Rốt cuộc bây giờ thua bởi một cái áo dài.
	결국 아오자이 한벌로 졌고.
	Cô không thấy nhục hả?
	창피하지도 않아?
니으 이	Thôi nha má.
	그러지 마세요. 엄마.
	Có một xấp vải à, có gì đâu.
	천 한 조각일 뿐, 아무것도 아니잖아.
	Má mất thì má mua cái mới. Má làm cái gì...
	잃어버리면 새 것을 사면 되죠. 뭐하러...
니으 이의 엄마	Một xấp vải không quan trọng hả? Hả?
	천 한 조각이면 중요하지 않다는 거야? 어?
	Vậy cái đống giấy lộn này? Hả? Nó cũng không quan trọng.
	그럼 이 종이들은? 응? 이것도 중요하지 않지.
니으 이	Có gì hay ho? Truyền nhân hả?
	뭐가 대단하다고? 후계자?

Má không thấy con cũng đang làm điều tốt nhất cho cái nhà may Thanh
Nữ này?
엄마, 저도 이 Thanh Nữ(탄 느)가게를 위해 최선을 다하고 있는 거 안 보이세요?

Thế giới người ta lên tới cung trăng rồi.
세상 사람들은 달도 가 봤는데.

Má còn bắt con ở đây may áo dài.
엄마는 아직까지 나를 붙들고 여기에서 아오자이나 만들게 하고.

Tại sao cứ phải là áo dài quan trọng nhất?
왜 아오자이가 가장 중요해?

Con không học may áo dài nữa, không làm truyền nhân nữa.
나 더 이상 아오자이 안 배울래. 후계자도 하지 않을래.

탄 로앙	Má! Bình tĩnh đi má.
	어머니! 진정하세요.
니으 이의 엄마	Con cho má miếng nước.
	물 한 모금만 줘.
탄 로앙	Dạ.
	네.

TAKE 05

니으 이	Má! Con vẽ nè má.
	엄마! 내가 그린 거야.
니으 이의 엄마	Như Ý con ra ngoài chơi. Má phải may cho xong áo của bà Tỉnh Trưởng.
	Như Ý(니으 이), 밖에 나가서 놀으렴. 엄마는 도지사 부인의 아오자이를 마무리해야 해.
니으 이	Má.
	엄마.
니으 이의 엄마	Đi ra!
	나가!

Cái tay! Tại sao con lại hư như vậy.
손! 넌 왜 그렇게 말썽을 부리니?

Con biết làm như vậy là sai không? Hả? Hả?
이렇게 하면 잘못이란 거 모르니? 어? 어?

Trả lời cho má biết tại sao con lại vẽ lên áo của má.
엄마한테 대답해! 왜 엄마 옷에 그린 거야?

Con thật là hư hỏng mà.
너는 정말 말썽꾸러기야.

Thật là hết nói nổi mà.
정말 말을 못 하겠네.

Con với cái. Con dại cái mang, đứng ở đó.
못된 녀석. 아이가 잘못되면 그건 엄마 책임이라더니. 거기에 서 있어.

Từ đây tới chiều đứng ở đây, không được ăn cơm.
지금부터 오후까지 여기에 서 있어. 밥도 먹으면 안 돼.

탄 로앙   Má.
어머니.

니으 이의 엄마   Lấy cho má hộp phấn.
엄마에게 분필 가져다 줘.

탄 로앙   Dạ.
네.

니으 이의 엄마   Con có biết không, đây là mảnh gấm còn sót lại từ đời bà tổ.
너 그거 아니? 이건 증조모 세대부터 물려받은 마지막 비단이란다.

Để có được nhà may Thanh Nữ như hôm nay, cả chín đời nhà ta phải cắt may áo dài theo những công đoạn này.
오늘날의 Thanh Nữ(탄 느) 재단집이 되기 위해, 우리집은 9대째 이런 과정으로 아오자이를 맞춰야 했지.

Khó nhất là " xếp tà". Xếp sao cho khéo, cho hai tà phải úp.
가장 어려운 게 "옷자락을 접는 것"이야. 양쪽 자락이 몸을 다 덮을 수 있도록 능숙하게 접어야 돼.

Chả ai muốn mặc một cái áo dài tà dạt cả.
옷자락이 양쪽으로 갈라지는 아오자이를 입고 싶어하는 사람은 없어.

Chú ý chỗ chít ben.
다트 부분에 주의해야 해.

Ben phải rớt ngay đúng eo, thì nhìn chân mới dài được.
다트가 허리라인에 딱 떨어져야, 다리가 길어 보일 수 있어.

Kế đến là các khâu: viền cổ, viền tà, viền tay.
다음으로는 옷깃, 옷자락, 소매 솔기는 꿰매는 단계야.

Đường viền phải nhuyễn, áo dài mới đẹp.
솔기선이 얇아야 아오자이가 예쁘단다.

Thợ cắt phải canh sao cho đúng thì tà mới úp mông, không bị dạt tà.
재단사가 옷을 제대로 재단해야 옷자락이 엉덩이를 예쁘게 덮을 수 있고 천이 밖으로 갈라지지 않는단다.

Vải có hoa văn lại càng phải canh chỉ cho đối xứng, tà trước tà sau.
무늬가 있는 천이면 실선을 대칭으로 앞자락과 뒷자락을 더욱 더 잘 맞춰야 한단다.

Luôn chỉ sao cho áo phải bám người,
몸에 붙을 수 있게 실을 꿰매야 해.

Tinh tuý nhất của người thợ may nằm ở chỗ đó,
재봉사의 진가는 거기에 있는 거야.

Mỗi người mỗi tạng, con nhớ nha.
사람마다 몸매가 다르다는 것을 꼭 기억해야 한단다.

니으 이   Má. Con sẽ chứng minh cho má thấy.
엄마. 엄마한테 증명해 보일게요.

Cô ba Sài Gòn này không dễ dàng thua cuộc như vậy đâu.
미스 사이공은 이렇게 쉽게 물러나지 않아요.

Ô la la. Incroyable!
울랄라. 대박!

TAKE 06

앙 칸   Chội ôi, tưởng chết thiệt!
어머나, 진짜 죽은 줄 알았어.

니으 이   Ô la la. Bà là ai vậy?
울랄라. 이모는 누구예요?

Đang ở đâu vậy? Nhà tui mà!
여기가 어디지? 우리집인데?

Ớ ớ! Cái gì vậy?
어어! 뭐야?

Ủa? Má! Ủa? Má ơi má! Má.
어? 엄마! 어? 엄마! 엄마!

Ủa bị gì vậy? Nhà bị...?
어? 어떻게 된 일이야? 집이 왜...?

Dì Mai, Chú Sáu, Anh Năm.
Mai(마이) 이모, Sáu(싸우) 아저씨, Năm(남) 오빠.

Đâu hết rồi?
다들 어디 갔어?

앙 칸   Ê! Cưng cưng cưng. Xong chưa?
야! 자기야, 자기야. 다 됐니?

Tự dưng lọt vô nhà người ta, chạy lên chạy xuống như một con điên vậy?
갑자기 남의 집에 들어와서 미친 사람처럼 왔다갔다 하니?

Cô là ai? Who are you?
당신은 누군데요?

니으 이   Bà mới bị điên á!
그쪽이야말로 미친 사람이에요!

Đây là nhà của tui!
여기는 내 집이에요!

Tự nhiên bà lòi ở đâu ra vậy? Rồi má tui đâu?
당신은 갑자기 어디서 나타난 거예요? 그리고 우리 엄마는 어디 있어요?

	Mọi người đâu hết rồi?
	다들 어디 갔어요?
앙 칸	Hổng lẽ... mày là tao?
	설마... 너는 나야?
앙 칸, 니으 이	C'est pas vrai!
	말도 안 돼!
앙 칸	Tuấn, giữ nó lại! Giữ lại!
	Tuấn(뚜언), 걔를 잡아! 잡아!
뚜엉	Ê! Cô kia!
	야! 아가씨!
상인	Điên à? Bực mình gì đâu á.
	미쳤어요? 짜증나네.
주변 사람	Cái gì vậy? Cái gì vậy?
	뭐야? 뭐야?
뚜엉	Xin lỗi, xin lỗi, cho qua! Cô ơi, đứng lại!
	실례합니다. 실례합니다. 비켜 주세요! 아가씨, 멈추세요!
	Cô ơi. Cô ơi. Đứng lại. Nghe tui nói nè.
	아가씨, 아가씨. 멈추세요. 제 말 들어요.
니으 이	Sài Gòn của tôi đâu rồi?
	나의 사이공은 어디갔어?
뚜엉	Cô kia! Đứng lại!
	아가씨! 멈추세요!
주변 사람	Cô chạy kiểu gì vậy? Hả? Chạy gì kì vậy?
	뭘 그렇게 달려요? 어? 왜 그렇게 달려요?
	Chạy kiểu này thì chết rồi!
	이렇게 달리면 죽어요!
	Trời ơi, đường xá rộng quá trời luôn mà em chạy kiểu gì kì vậy?
	세상에, 길이 이렇게나 넓은데 왜 그렇게 달려요?
뚜엉	Anh ơi...
	저기요...
주변 사람	Em là cái gì với nó?
	너는 걔랑 무슨 사이야?
니으 이	Á!!!
	아!!!

니으 이	Bà đang nói với tui, là tui đang nói chuyện với mình mà là 48 năm sau hả? 아줌마 말에 의하면 지금 내가 48년 후의 나랑 얘기하고 있다는 거예요?
앙 칸	Tao nói muốn sặc hủ tiếu luôn mà mày cũng không hiểu hả? 나는 쌀국수를 거의 토해가면서 말했는데 아직도 이해 못 했어?
뚜엉	Ngày xưa đẹp ha, bây giờ đỡ nhiều rồi nè. 옛날에 예뻤고, 지금은 좀 났네.
니으 이	Nhưng mà ngày hôm qua là vẫn là năm 69. 근데 어제는 여전히 69년이었는데.
	Tại sao hôm nay lại là năm 2017? 오늘은 왜 2017년이야?
	Không bao giờ có chuyện đó xảy ra được! 그런 일은 절대 일어날 수 없어!
	Không bao giờ có chuyện đó. Tại sao lại như vậy? Hả? Tại sao? 그런 일은 절대 없어. 왜 그래? 어? 왜?
앙 칸	Bây giờ mày hỏi tao rồi tao biết hỏi ai đây? 네가 나한테 물으면 나는 누구한테 물어?
	Đây, rõ ràng là hai người nhưng thực ra chỉ là một người... 이게, 분명히 두 사람인데 사실은 한 사람일 뿐이야...
	Nhưng cuối cùng vẫn là hai người. 근데 결국은 두 사람이야.
	Nhức đầu quá! Chắc tao phải đi lấy thêm rượu thôi! 머리 아파! 술을 더 가져와야겠다.
니으 이	Má ơi má. 엄마.
어린 니으 이	Má. Đẹp hông? 엄마. 예뻐?
니으 이	Bà đã làm cái gì vậy? 당신 뭐 한 거예요?
	Cái nhà này là cả cuộc đời của má mà sao ra nông nỗi này? 이 집은 엄마의 인생인데 어쩌다가 이렇게 된거야?
	Ủa ? Viên ngọc của tui đâu? 잉? 내 구슬 어딨지?
	Bà thấy viên ngọc của tui đâu không? 내 구슬 어딨는지 봤어?
앙 칸	Ai biết? Tao đâu phải thần giữ của đâu. 누가 알아? 내가 재산을 보호하는 신도 아니고.

Từ lúc má mất là nó đi theo má luôn rồi.
엄마가 돌아가셨을 때 그것도 엄마를 따라갔어.

| 뚜엉 | Cô Khánh! Cô An Khánh ơi! |
| | An Khánh(앙 칸) 이모! An Khánh(앙 칸) 이모! |

| 니으 이 | Ai kêu bà kìa. |
| | 누가 당신을 부르는 거야. |

| 앙 칸 | Hả? |
| | 어? |

| 니으 이 | Ai kêu dưới nhà kìa. |
| | 누가 아랫집에서 부르는 거라고. |

| | Trời ơi, đi đâu vậy? Cái cửa bên này mà. |
| | 아이고야, 어디 가는데? 문은 이쪽이잖아. |

| 뚜엉 | Sao cô không nói cho con biết? |
| | 왜 저한테 말해주지 않으셨어요? |

| 니으 이 | Hả? Bà để người ta siết nhà luôn. |
| | 어? 사람들이 우리 집을 압류하게 했어요? |

| | Trời... |
| | 세상에... |

| 뚜엉 | Chuyện đến nước này rồi, chỉ có mẹ con mới có thể giúp được cho cô thôi. |
| | 일이 이렇게 됐으면 우리 엄마만 이모를 도울 수 있어요. |

| 니으 이 | Mẹ cậu là ai? |
| | 네 엄마가 누군데? |

| 앙 칸 | Oh no no... Mày không muốn biết điều đó đâu. |
| | 오 노 노... 너는 알고 싶지 않을 거야. |

TAKE 08

| 뚜엉 | Mẹ tôi là Thanh Loan. Truyền nhân của hiệu may Thanh Nữ nổi tiếng Sài Gòn xưa. |
| | 우리 엄마는 Thanh Loan(탄 로앙)이에요. 옛날 사이공에서 유명했던 Thanh Nữ(탄 느) 아오자이 가게의 후계자예요. |

| 니으 이 | Con Thanh Loan? |
| | Thanh Loan(탄 로앙)? |

| | Là cái con mà nó lấy cái rèm đắp lên người á hả? |
| | 커튼 가지고 몸을 덮고 다니던 걔? |

| | Con mà lúc nào cũng một dạ hai thưa với tui là cái con Thanh Loan đó đó hả? |
| | 언제나 나한테 '네, 네'라고 했던 그 Thanh Loan(탄 로앙)이라는 아이? |

Ố là la.
울랄라.

앙 칸 Tao biết thế nào mày cũng phải gào lên "ô là la".
네가 틀림없이 '울랄라'라고 외칠 줄 알았어.

뚜엉 Mà sao Như Ý xưng hô với mẹ tôi như vậy?
근데 Như Ý(니으 이) 씨는 왜 우리 엄마를 그렇게 불러요?

니으 이 Cậu phải gọi tôi bằng "cô" và xưng "con" đó.
네가 나를 '이모'라고 하고 본인을 '저'라고 해야 되거든.

뚜엉 Thôi. Bây giờ xưng hô như thế nào cũng được.
됐어요. 지금 어떻게 지칭하든 상관없어요.

Quan trọng bây giờ là hai người phải đi gặp mẹ con liền,
중요한 건 두 분이 지금 우리 엄마를 만나러 바로 가셔야 한다는 거예요.

nếu như hai người muốn giữ căn nhà này.
이 집을 지키고 싶다면.

앙 칸 Mày có đi thì mày đi một mình đi. Tao không gặp mặt con đó.
갈 거면 너 혼자가. 난 걔 안 만날래.

니으 이 Khỉ khô. Đi thì bà phải đi với tui.
개뿔. 가면 너도 같이 가야 돼.

앙 칸 Con khỉ khô. Mày đến đó đi rồi mày biết.
개뿔. 거기에 가면 너도 알 거야.

니으 이 À lê.
가자.

뚜엉 Chuyện là vậy đó mẹ.
이렇게 된 거예요, 엄마.

Con biết rất là khó tin, nhưng mà mẹ hay bảo con phải chăm sóc cho cô mà.
믿기가 어렵다는 걸 알고 있지만 엄마도 늘 저보고 이모를 챙겨야 한다고 했잖아요.

Bây giờ cô thật sự đang cần mẹ giúp.
지금 이모는 정말로 엄마의 도움이 필요해요.

탄 로앙 Mặt mũi thì có vẻ giống. Còn thái độ....
얼굴은 닮긴 했지만 태도는...

Thái độ đích thị là Như Ý ngày xưa.
태도는 틀림없이 옛날의 Như Ý(니으 이) 언니야.

Nhưng mà ở đời này làm gì có chuyện hoang đường như vậy hả con?
근데 이 세상에서 어떻게 이런 황당한 일이 있을 수 있어?

니으 이 Mắc mệt hà. Tin hay không tùy, tui không muốn nói nhiều.
아오 피곤해. 믿든 말든, 여러말 하고 싶지 않아.

Nói tóm lại là căn nhà đó bị mất là có thiệt. Vậy thôi.
한마디로 그 집을 잃고 있는 건 사실이야. 끝.

뚜엉   Cô bình tĩnh đã. Quan trọng bây giờ phải giữ lại được căn nhà.
먼저 진정하세요. 지금 중요한 것은 집을 지켜야 된다는 거예요.

니으 이   Nè. Căn nhà đó cũng là nơi cưu mang bà. Tâm huyết cả đời của má.
야. 그집은 너를 거느린 곳이기도 하잖아. 엄마의 인생 전부야.

Mà tui nghe đâu á có người bây giờ đã là truyền nhân của nhà may Thanh
Nữ rồi.
근데 들어보니, 누군가는 지금 Thanh Nữ(탄 느) 가게의 후계자가 됐다던데.

Thì chắc mấy cái việc đó hổng khó ha.
그럼 이 정도 일쯤은 어렵지 않겠지.

탄 로앙   Cô muốn tôi làm gì?
내가 뭐 했으면 좋겠어?

니으 이   Giữ lại căn nhà chứ làm gì.
집을 지키는 거지 뭐.

탄 로앙   Rồi tôi sẽ được gì?
그러면 난 뭘 얻을 수 있는데?

니으 이   Cái gì?
뭘?

Nè. Bà nên nhớ tui là Cô Ba Như Ý.
야. 내가 미스 Như Ý(니으 이)라는 걸 잊지 마.

Là đệ nhất thanh lịch của cái Sài Gòn này.
이 사이공 제일이야.

Chắc chắn là không bao giờ để bà thiệt thòi rồi.
당신이 절대 손해 보게 두지 않아.

탄 로앙   Đệ nhất thanh lịch Sài Gòn à?
사이공 제일?

니으 이   Ừm.
음.

탄 로앙   Bây giờ là năm 2017, chứ không phải thập niên 60.
지금은 2017년이지, 60년대가 아니야.

뚜엉   Mẹ.
엄마.

탄 로앙   Tôi thì tôi muốn giúp cô rồi đó.
나는 당신을 도와주고 싶어요

Nhưng cô cần gặp một người này.
하지만 이 사람을 먼저 만나야 돼요.

뚜엉	Để tránh rắc rối, cô đừng nói cô đến từ năm 1969. 혹시 모르니까 1969년에서 왔다고 하지 마세요. Helen là người giữ hết tài chính trong nhà. 헬렌은 가정의 모든 재산을 책임지고 있는 사람이에요. Chỉ mà hoang mang là không ai ký giấy bảo lãnh đâu. 누나가 당황하면 보증서를 써 줄 사람이 아무도 없을 거예요.
니으 이	Yên tâm đi. Tui biết rồi. 안심해요. 알았어요.
헬렌의 비서	Đây đó hả? 여기야?
뚜엉	Xin giới thiệu, đây là Đệ nhất thanh lịch Sài Gòn. 소개하겠습니다. 이분은 사이공의 제일입니다.
헬렌의 비서	Gấm vintage mới chịu. 꼭 빈티지 비단이어야 되냐. Trời ơi. Còn thêu chim thêu cò nữa. 어머. 황새 자수까지 했네. Sao hông thêm một kí sương sa hột lựu đi? Để giảm tải bớt hóa đơn tiền điện. 1kg의 반짝거리는 파츠를 더하지 그래? 전기요금 줄이게.
니으 이	Con Phụng mà kêu con chim, con cò. 봉황인데 황새라니. Con Phụng đời nhà Trần. Gấm phường Nhược Công. Trần(쩐) 나라의 봉황, Nhược Công(느억 꼼) 마을의 비단이야. Chỉ thêu làng Trúc. Cắt couper hiệu Thanh Nữ đó. Đồ mắt thịt! Trúc(쭙) 마을 자수실, Thanh Nữ(탄 느) 브랜드 솔기 기법이야. 보는 눈이 없네!
헬렌의 비서	Cô... 당신... Oh my god! 오마이갓!
니으 이	Gì dạ? 뭔데?
뚜엉	Sắp có show coi. 곧 볼거리가 있을거야. Như Ý ở đây nha, Tuấn đi trước, chiều Tuấn đón. Good luck! Như Ý(니으 이) 씨가 여기에 있어요. Tuấn(뚜엉)은 먼저 갈게요, 오후에 픽업할게요. 굿럭!

니으 이	Ê... 야...
헬렌의 비서	Anh Hiển. Chị Ba đang lên. Hiển(히잉) 씨. 보스 올라오고 있어요.
수석 디자이너	Sao nói sáng đi họp, trưa mới qua? 아침에 회의하고 오후에야 오신다고 하지 않았어?
	Ê. Ai đây? 야. 누구야?
헬렌의 비서	Di tích khảo cổ. 고고학 유물.
수석 디자이너	Hú hồn. Thêu Phụng mới chịu. 깜짝이야. 꼭 봉황 자수여야 돼.
	Mấy cưng, mấy cưng. 자기야, 자기야.
	Khoe những cái cần khoe. Che những cái cần che nha. 보여줄 거는 보여주고, 감출 거는 감춰라.
	Gọn lại, gọn lại. 정리해, 깔끔하게.

TAKE 10

헬렌	Đã chạy cườm thì không cần lật mép. 비즈를 쓰면 솔기를 할 필요가 없고.
	Còn muốn lật mép lộ chỉ để tạo kiểu thì đi theo hướng pastiche ghép từng miếng một. 스타일링 하기 위해 실밥이 드러나게 솔기를 하고 싶으면 혼성 모방처럼 한 조각씩 갖고 와서 결합해.
	Dùng nhung coduroy cho đứng mẫu. Ghép gân chéo nhau. 코듀로이를 사용해서 옷모양을 단단하게 만들어. 엑스자로 결합하고.
	Chuyện vậy mà cũng hỏi? 이것도 물어?
헬렌의 비서	Dạ, em sẽ nói anh Hiển làm lại liền. 네, 바로 Hiển(히잉) 씨에게 다시 만들라고 할게요.
	Vậy còn cái đầm cho Hoa Khôi Ngọc Minh thì sao chị? 그럼 미스 Ngọc Minh(응업 민)의 드레스는요?
헬렌	Nói nó nghỉ đóng phim, ra mà mở tiệm bánh bột lọc luôn đi. 걔한테 영화 촬영 그만하고 만두집이나 열라고 해.
	Chứ không có nới eo nữa. Mất hết form. 허리를 더 이상 풀어줄 수 없어. 옷모양이 다 망가져.

Lấy Swarovski nhuyễn. Đi theo gân rong biển. Không lấy vảy bạc.
스몰 사이즈의 스와 로브 스키를 써. 해초줄모양으로 하고. 은색 비늘은 쓰지 않고.

Còn nếu mà con đó không chịu nữa thì mời ra thẳng chợ An Đông.
그것도 안 된다면 An Đông(앙 돔) 시장에 바로 나가라고 해.

Mua tặng cho nó cái quả cầu disco, khuyến mãi luôn mấy cục pin tiểu nữa nha.
걔한테 디스코 볼 선물해주고, 건전지도 몇 개 더 증정해 줘.

헬렌의 비서   Tại sao lại cục pin tiểu chị? 2A hay 3A?
건전지는 왜요? 2A요? 3A요?

헬렌   Vậy thì cô nên nghỉ làm, đi theo con nhỏ đó, xoay cái quả cầu disco giùm nó luôn đi.
그럼 너도 일 그만두고 걔 따라 다니며 디스코 볼이나 빙빙 돌려줘.

헬렌의 비서   Dạ, em hiểu rồi. Không vảy bạc. Bị quê.
네. 알겠습니다. No 은색 비늘. 촌스러우니까.

Chị có... Harper's Bazzar dinner.
사장님... Harper's Bazzar 저녁식사 있...

헬렌   Cancel.
취소.

헬렌의 비서   Nhưng mà chị có giải nhà thiết kế của năm.
근데 사장님 올해의 디자이너상 받아야 하잖아요.

헬렌   Cancel.
취소.

헬렌의 비서   Ok. Lý sẽ đi thay chị. Vậy còn tiệc tối ở đại sứ quán?
Ok. Lý(이) 씨가 사장님 대신 갈 거예요. 그럼 대사관에서 저녁 파티는요?

헬렌   Cancel.
취소.

헬렌의 비서   Baby Nana, cancel?
베이비 나나, 취소?

헬렌   Để vào 9 giờ.
9시로 해.

Không biết Fashion week này Celeb huyền thoại muốn mặc đồ gì của nhà Helen đây ta?
이번 패션 위크에서 우리 최강 셀럽은 헬렌의 무슨 옷을 입고 싶어할까?

헬렌의 비서   9 giờ tối chủ nhật là họ sẽ báo cho mình biết liền.
일요일 저녁 9시까지 우리한테 바로 알려줄 거예요.

Còn đây là layout của photoshoot ngày hôm nay.
그리고 여기는 오늘 사진 촬영 레이아웃이에요.

헬렌	Còn cái layout nào hữu tình hơn nữa hông cô Ngọc?
	Ngọc(응업) 씨, 더 매력적인 레이아웃은 없어?
	Đồ da. Form đứng. Cầu vai. Đinh tán. Chặt. Gọn. Hét ra lửa.
	가죽. 단단한 모양. 어깨 견장. 스터드 찡. 핏하고. 깔끔하고. 불이 나올 정도로.
	Mà cô cho một em bánh bèo đứng kế hàng bông bụp mà cô coi được hả?
	그런데 히비스커스같이 강한 애 옆에 이런 물렁한 걸 갖다 대는 게 맞다고 봐?
헬렌의 비서	À, nhưng mà em thấy vậy nó mới tương phản.
	아, 저는 그렇게 해야 대조돼서 부각된다고 생각했어요.
	Dạ. Em sẽ nói anh Vincent làm lại cho chị.
	네. 빈센트 씨한테 다시 만들라고 하겠습니다.

TAKE 11

헬렌	Cái gì đây?
	이게 뭔데?
헬렌의 비서	Anh Tuấn dẫn đến đó chị.
	Tuấn(뚜언) 씨가 모시고 오신 거예요.
헬렌	Bỏ học Kiến trúc rồi giờ làm cho con người ta có bầu nữa hả?
	건설 공부를 그만두고 남의 집 딸을 임신시킨 거야?
헬렌의 비서	À hông, cái này là mẹ chị kêu dẫn sang.
	아니요, 이 사람은 사장님의 어머니가 데리고 오라고 하신 거예요.
헬렌	À... lại là cái bà già An Khánh đó nữa.
	아... 또 그 An Khánh(안 칸) 이모지.
	Bây giờ tới căn nhà cũng sắp mất luôn rồi.
	이제는 집까지 잃어가고 있네.
	Chắc bà con họ hàng gì của bả hả? Cô cần gì ở đây?
	그 아줌마의 친척이겠지? 여기서 뭐가 필요한데?
니으 이	Tôi vừa gặp bà Thanh Loan. Bả hứa là sẽ giữ lại căn nhà rồi kêu tui qua đây gặp cô.
	나는 방금 Thanh Loan(탄 로앙)을 만났는데. 내 집을 지켜 주겠다고 하고 당신을 만나보라고 했어.
	Còn làm gì, hổng biết.
	뭘 하라는 건지 모르겠어.
헬렌	Chỗ này là chỗ làm ăn, chứ không phải chỗ làm từ thiện.
	여기는 장사하는 곳이지, 봉사하는 데가 아니야.
	Bao nhiêu năm qua, mẹ tui nuôi bà An Khánh đủ rồi.
	지난 시간 동안 우리 엄마는 An Khánh(안 칸) 아줌마한테 충분히 했어.
	Chứ cô nghĩ đi. Nguyên một cái văn phòng như này có còn cần một bà già lên giùm mấy cái đầm cũ rích đó nữa?

아니면, 그쪽이 생각 해봐. 이 넓은 회사에서 한 할머니가 저런 촌스러운 드레스를 디자인해 줄 필요가 있는지 말이야?

니으 이	No, no, no! Tui khác với bà An Khánh. 노노노! 나는 An Khánh(앙 칸) 아줌마랑 달라.
	Tui là một nhà thiết kế chứ không phải là thợ may. 나는 디자이너이지, 재봉사가 아니거든.
헬렌의 비서	Y chang bà An Khánh. Nhà may Thanh Nữ sản xuất hàng loạt hay gì? An Khánh(앙 칸) 아줌마랑 똑같다. Thanh Nữ(탄 느) 가게 제품을 대량 생산하는 거 아니면 뭐겠어?
니으 이	Chắc các người cũng đã từng nghe đến cái tên Mademoiselle Như Ý rồi chứ gì? 그쪽도 미스 Như Ý(니으 이)라고 들어본 적이 있겠지?
헬렌	Mademoiselle Như Ý? 미스 Như Ý(니으 이)?
니으 이	Ouais, Mademoiselle Như Ý. 맞아, 미스 Như Ý(니으 이).
	Nè. Nếu tôi chứng minh được điều đó, phải giữ lại căn nhà. 야. 내가 그 사실을 증명할 수 있으면 집을 지켜줘야 해.
헬렌	Được. Vậy thì cô thử phối vài thứ rồi trình bày concept, để tui coi trình độ của cô tới đâu. 오케이. 그럼 몇 가지를 매칭해서 콘셉트를 발표해 봐. 그쪽의 능력이 어느 정도인지 한번 보게.
니으 이	Concept là gì? 콘셉트가 뭐야?
헬렌의 비서	Concept thời trang. Ý tưởng phối đồ. Cô hông biết đó là gì hả? 패션 콘셉트. 의상 매칭 아이디어. 그게 무엇인지도 몰라?
	Mấy đứa! Phối đồ! 얘들아! 매칭해!
헬렌	Cho cô 15 phút. 15분 줄게.
	Nữ, 25 tuổi. Tính tình phóng khoáng. 여자, 25세. 개방적인 성격.
	Phối tôi coi 3 kiểu. Đi làm, đi chơi, đi hẹn hò lãng mạn. Kèm thuyết trình concept. 세 가지 스타일로 매칭해. 출근할 때, 놀러갈 때, 데이트하러 갈때. 그리고 콘셉트 발표와 같이.

TAKE 12

니으 이	Đàn bà quyền lực. Nam tính, gọn ghẽ. Tối giản. Nhưng vẫn điệu. 권력을 잡은 여성. 매니쉬하고, 깔끔하고, 심플하지만 꾸밀 줄 알아요.

Phụ kiện gây chú ý một cách nhỏ nhẹ.
액세서리로 살짝 시선을 집중시키고.

Đàn bà phá cách, sống nay không kể ngày mai.
파격적인 행보를 걷는 여성. 오늘의 삶은 내일로 미루지 않아요.

Phong cách hippie, không lề thói, không cấu trúc.
히피 스타일. 규칙이 없고, 구조가 없어요.

Yêu thiên nhiên. Vải dệt tự nhiên. Mềm. Mỏng.
자연을 사랑하고. 천연직물. 부드럽고 얇게.

Còn đàn bà thành thị sống ở tân thời,
신시대에 사는 도시 여성은

Nhanh, năng động. Vải in hoạ tiết pop-art. Phụ kiện to, cá tính.
빠르고 능동적이에요. 팝아트 무늬의 천. 큰 액세서리. 개성적인 느낌을 살려요.

C'est jolie?
예쁘지?

| 헬렌 | Miuccia Prada năm 85 đã làm cuộc cách mạng với THE IT BAG. Túi tote.
85년에 미우치아 프라다 The It Bag으로 혁명을 일으켰어. 토트백.

Thời hiện đại bây giờ người ta chuộng dùng túi to, ôm hết vũ trụ.
현대 시대에는 사람들이 우주를 안을 수 있을 만큼의 빅사이즈 백을 선호하지.

Phụ nữ hiện đại đi làm cả ngày, cần nguyên cái vũ trụ đi theo.
하루종일 일하는 현대 여성은 출근할 때 우주를 가지고 다녀야 해.

Bây giờ còn ai ra đường với mấy cái clutch nhỏ xíu này nữa.
지금 누가 이런 조그마한 클러치백을 가지고 외출하겠어?

Đựng cái điện thoại còn không vừa.
휴대 전화도 안 들어가.

Tom Ford skinny satin cho Gucci. Năm 94.
구찌를 위한 톰 포드 스키니 새틴. 94년.

Jam up the look. Thêm một vài phụ kiện năm 2017 cho hợp thời.
시대를 맞추기 위해 2017년 액세서리 몇 개를 더 추가해.

Định bo-ho hả?
보호 스타일을 하려고?

Bo-ho bây giờ đã đi vào thành thị rồi, chứ đâu còn lang thang ngoài đồng cỏ nữa.
보호는 이미 도시에 들어왔어. 더 이상 들판에서 헤매지 않거든.

Sexy, phóng khoáng, Yves Saint Laurent.
섹시하고 개방적인 입생로랑.

| 니으 이 | Yves Saint Laurent cũng làm boho nữa hả?
입생로랑은 보호 스타일도 해?

헬렌	Yves Saint Laurent mất năm 2008.

입생로랑은 2008년에 돌아가셨어.

Các giám đốc sáng tạo đời sau đã thổi vào một làn hơi hiện đại và trẻ trung hơn rất nhiều.
후임 크리에이티브 디렉터들이 더욱 현대적이고 젊음의 숨을 불어 넣어 줬지.

Hay là tình tứ bánh bèo Địa Trung Hải kiểu Dolce Gabbana?
아니면 돌체 가바나의 로맨틱한 지중해 스타일?

니으 이　Khoan, Dolce Gabanna là ai?
잠깐, 돌체 가바나는 누군데?

헬렌　Thành lập năm 85. Chắc lúc đó cô chưa sinh ra đời đâu hả?
85년에 설립됐어. 그때는 그쪽이 아직 안 태어났지?

Bìa Vogue năm 65? Pop art? Xưa rồi.
보그 표지 65년? 팝아트? 촌스러워.

Bây giờ người ta dùng bảng màu nhu và hiện đại như kiểu Armani, Gucci.
지금은 다들 아르마니나 구찌 같이 새롭고 현대적인 색감을 쓰거든.

Phụ kiện bằng vài cái bling bling nhỏ nhẹ một chút xíu thôi.
액세서리는 반짝 반짝거리는 작은 걸로만 하고.

니으 이　Gucci là cái nhà làm giày với dây nịt đúng không?
구찌는 신발하고 벨트를 만드는 집 맞지?

Giờ cũng làm đồ nữa hả?
지금은 옷도 만들어?

헬렌　Armani thành lập năm 75.
아르마니는 75년에 설립됐어.

Còn Gucci thì sau gần cả trăm năm làm đồ phụ kiện, các nhà đầu tư đã cho thiết kế quần áo rồi cô ơi.
구찌는 백년 간 액세사리만 만들다가 투자자들에 의해 옷을 만들게 됐어요, 이 아가씨야!

Cô ở đâu trong suốt mấy chục năm lịch sử thời trang của người ta vậy?
패션 역사의 수십 년 동안 당신은 어디에 있었어?

Cô có phải là nhà thiết kế thời trang không?
그쪽 패션 디자이너 맞아?

TAKE 13

헬렌　Tôi sẽ giữ lại căn nhà cho cô.
내가 집을 지켜줄게.

Nhưng cô phải ở lại đây làm công trừ nợ.
대신 그쪽은 여기서 일하며 빚을 갚아야 돼.

니으 이	Ừ, vậy thì tôi sẽ làm trợ lý cho cô.
	응. 그럼 내가 그쪽의 조수를 할게.
헬렌	Cô nói gì?
	뭐라고?
니으 이	Vậy thì tôi sẽ làm trợ lí cho cô.
	그럼 내가 그쪽의 조수를 하겠다고.
헬렌	Từ từ, cô còn nhiều thứ phải học lắm.
	천천히 해, 아직 배울 게 많아.
청소원	Nói về công ty là nơi làm việc.
	회사에 대해 말하면 일하는 곳이고.
	Nói về cô lao công là nói về công lao của cô ấy đã bỏ ra những giọt mồ hôi cho công ty này.
	청소원에 대해 말하면 회사를 위해 많은 땀방울을 흘린 사람이죠.
니으 이	Bà muốn tôi làm cái gì?
	내가 뭘 했으면 좋겠어요?
청소원	Nói về cô, hổng có gì để nói.
	그쪽에 대해서는 할 말이 없어요.
	Nhưng nói về cô Helen, cô ấy là một người cực kỳ khó tính.
	하지만 헬렌 사장님에 대해 말하자면, 그분은 아주 까탈스러우신 분이에요.
	Thí dụ như cái toilet này. Cô phải thường xuyên lau chùi toilet.
	예를 들어서, 이 화장실. 그쪽이 이 화장실을 자주 청소해야 돼요.
	Hai ngày một lần? Không.
	이틀에 한 번? 노.
	Hai lần một ngày? Không.
	하루에 두 번? 노.
	Hai tiếng một lần. Nghe đây.
	두 시간에 한 번. 자, 잘 들어봐.
	Bồn cầu, bồn nước, cửa trước, cửa sau, chỗ rửa tay, chỗ hơ tay, chỗ lau tay.
	변기, 싱크대, 앞문, 뒷문, 세면대, 핸드 드라이어, 손 닦는 곳.
	Xà bông ướt, xà bông khô, xà bông nước, khăn giấy, khăn khô, khăn vải.
	비누, 건비누, 물비누, 휴지, 티슈, 수건.
	Trời, trời. Trời ơi⋯
	어머, 어머. 어머⋯
니으 이	Cái khỉ khô á.
	개뿔.
청소원	Cái con bé này... Làm đi.
	이 애가... 빨리 해.

뚜엉	Cô ơi. Cô An Khánh ơi.
	이모! An Khánh(앙 칸) 이모.
	Cô... Rượu chè hoài vậy?
	이모… 왜 자꾸 술을 마셔요?
앙 칸	Sao rồi? Con Thanh Loan dẹp tiệm chưa?
	어떻게 됐어? Thanh Loan(탄 로앙) 폐업했어?
니으 이	Bà dẹp tiệm thì có.
	당신이나 폐업하겠지.
	Cái tiệm Thanh Nữ này bà cũng dẹp.
	이 Thanh Nữ(탄 느) 가게도 망하게 했고
	Rồi đến cái nhà của má, bà cũng dẹp.
	엄마의 집까지 망하게 했어.
	Bà dẹp hết rồi còn cái gì nữa?
	다 없애버렸으니 뭐가 남아 있겠어?
앙 칸	Dẹp thì dẹp. Tao vẫn sống khỏe.
	폐업하면 폐업하는 거지. 나는 여전히 잘 지내.
니으 이	Hả? Bà sống khỏe hả?
	뭐? 잘 지냈다고?
	Bà sống khỏe bằng lòng thương hại của con Thanh Loan đó.
	너는 Thanh Loan(탄 로앙)의 동정심으로 잘 지내는 거잖아.
	Sống khỏe quá ha.
	잘 지내는구나.
앙 칸	Tới bữa nay mày cũng chửi tao.
	오늘은 너까지 나를 욕하네.
	Cũng giống như tự lấy cái tay của mình nè, đập vô cái mặt của mình thôi.
	자기의 손을 가지고 자기의 뺨을 때리는 거랑 똑같은 거야.
	Đời, đúng là chó.
	인생이, 참 개같네.
니으 이	Gì vậy?
	뭐야?
앙 칸	Ói.
	토 나와.
니으 이	Má. Tại sao con lại ở đây?
	엄마. 내가 왜 여기에 있는 거야?
	Má đưa con về đi má.
	나 좀 집으로 데려가 줘요.

Con không muốn nhìn thấy cái tương lai tối tệ này thêm nữa đâu.
이런 끔찍한 미래를 더 이상 보고 싶지 않아요.

Má ơi.
엄마.

뚜엉   Tôi không biết làm sao cô có thể từ năm 1969 đến được đây.
그쪽이 1969년부터 여기로 어떻게 올 수 있었는지 모르겠지만

Nhưng tôi biết chắc chắn một điều là...
하지만 한 가지는 확신해요...

chỉ có cô mới có thể giúp được cô An Khánh làm lại được cuộc đời.
그쪽만이 An Khánh(앙 칸) 이모에게 다시 인생을 살 기회를 줄 수 있어요.

니으 이   Cậu có biết má tôi từng nói với tôi, núi cao còn có núi cao hơn.
당신은 알아요? 우리 엄마가 나에게 '뛰는 놈 위에 나는 놈 있다'라고 말한 적이 있다는 걸.

Nhưng mà bây giờ tôi mới thấm thía được câu nói đó.
근데 이제서야 나는 그 말 뜻을 이해했어.

Helen là tất cả những gì mà tôi ao ước từ trước tới giờ.
헬렌은 여태까지 내가 꿈꿨던 모든 거야.

뚜엉   Nếu như cô cần tôi giúp, tôi sẽ luôn sẵn sàng.
제 도움이 필요하면, 언제든지요.

니으 이   Đây là lỗi của tôi, tôi sẽ tự giải quyết nó.
이건 내 잘못이라 내가 알아서 해결할 거야.

청소원   Cái gu gì đâu mà gu lạ gu lùng.
무슨 옷 스타일이 그래.

Đi mần ruộng về hay sao á. Ủa? Có bắt được con cá nào không?
방금 밭일하고 왔어? 어? 물고기 좀 잡았어?

니으 이   Kệ bà tui.
상관 마.

청소원   Lạnh lùng, có cá tính. Làm việc đi.
냉정해. 개성 있어. 일해.

니으 이   Làm cái gì trước?
뭐부터 먼저 해야 되는데요?

청소원   Sao giờ này còn hỏi tui? Vô xếp gọn gàng mấy cái đống này lại nè. Nhanh lên.
지금 나한테 묻는 거야? 이 것들 깔끔하게 정리해. 빨리.

Nè, nhanh tay vô đi.
야, 빨리해.

Kìa, ma nơ canh vô ma nơ canh, gối ra gối, vải ra vải, móc ra móc.
저기, 마네킹은 마네킹대로, 베개는 베개대로, 원단은 원단대로, 옷걸이는 옷걸이대로 정리해.

Máng cho đàng hoàng đi. Tôi máng cô lên đó luôn bây giờ.
(옷을) 제대로 걸어. (안 그럼) 내가 너를 거기에 걸어 놓을 거야.

Nhăn nhăn không? Nhăn nhăn không? Nhăn cho khăn vô mặt bây giờ.
얼굴 찌푸리는 거야? 얼굴에 행주 던져버릴까보다.

TAKE 15

앙 칸	Ăn đi. Toàn những món mình thích không đó. 먹어. 전부 다 우리가 좋아하는 음식이야.
니으 이	Dạo này không có tu chai nữa hả? 요즘은 병 채로 안 마셔?
	Trứng gì mà mặn dạ? 무슨 계란이 이렇게 짜?
앙 칸	Thì tao đâu phải đầu bếp của nhà hàng Đồng Khánh đâu. 나는 Đồng Khánh(돔 칸) 레스토랑 요리사가 아니잖아.
	Ráng kiếm tiền đi. Mai mốt mướn osin. 돈 열심히 벌어. 나중에 가사도우미 고용하게.
니으 이	Osin là cái gì? 오신이 뭔데?
앙 칸	Osin là ở đợ...Ờ... 오신은 가정부야(하인)... 어...
	Là trong một bộ phim truyền hình ngàn rưỡi tập. 1500편짜리의 드라마 속에 나오는 거야.
	Thôi mà, ăn đi. 그러지 마, 먹어.
니으 이	Bộ con Helen đang là đệ nhất thanh lịch Sài Gòn này hả? 헬렌 얘가 지금 미스 사이공이야?
앙 칸	Không phải là đệ nhất thanh lịch, mà là nhà thiết kế quyền lực nhất bây giờ. 미스 사이공은 아니고, 현재 가장 권위있는 디자이너야.
	Nó đi học ở Tây về, nó được mấy cái giải quần gì đó... À giải quèn gì đó. Rồi siêu sao gì á. 서양에 유학 갔다왔대. 걔가 무슨...상을 받았더라...그리고 무슨무슨 스타상이었던 거 같아.
	Nhưng mà tao thấy con nhỏ này dạng vừa thôi, chứ không phải là dạng rộng. 근데 내가 보기에 걔는 그냥 보통내기야, 대단한 정도는 아냐.
니으 이	Hèn gì xí xa xí xọn với mình. 어쩐지 나한테 잘난체한다 했어.

앙 칸	Nhưng mà mấy cái mẫu thiết kế của con Helen á, toàn là celeb thứ dữ bận không đó.
	그런데 헬렌 그 아이의 디자인을 입은 사람은 전부 다 엄청난 셀럽이야.
니으 이	Celeb là cái gì?
	셀럽이 뭔데?
앙 칸	Là những người nổi tiếng á. Giống như madam Hân ngày trước á.
	유명한 사람들이야. 옛날의 그 Hân(형) 마담 같은.
	Bả mà mặc đồ của ai á, là người đó lên luôn.
	그분이 어떤 디자이너의 옷을 입으면 그 디자이너가 뜨잖아.
니으 이	Vậy bây giờ, ai đang là đệ nhất celeb?
	그럼, 지금은 누가 최고의 셀럽이야?
앙 칸	Sao tao biết được? Tao đâu có đọc nhiều.
	내가 그걸 어떻게 알아? 난 신문 많이 안 보잖아.
	Nhưng mà con Helen nó thiết kế đồ cho người nào mặc, là người đó là đệ nhất celeb.
	근데 헬렌 얘가 누군한테 옷을 디자인해주면 그 사람이 최고의 셀럽이야.
	Người bình thường á, nó không có lên đồ cho mặc đâu.
	일반 사람이면 걔가 옷을 안 만들어 주지 않지.
	Tao thấy trứng ngon mà, đâu có mặn gì đâu.
	계란 맛있는데, 하나도 안 짜네.
	Nó chỉ bị lẫn cái vỏ trứng thôi.
	계란 껍질만 조금 섞인 것 뿐이지.

TAKE 16

니으 이	Seo seo gì sáng cho coi đi.
	무슨 셀셀이었는데? 보게 켜줘.
뚜엉	Seo gì? Selfie á hả?
	무슨 셀? 셀카?
니으 이	Ừa.
	응
	Ú! Trời, chụp đẹp quá dợ.
	오! 사진 잘 찍네.
뚜엉	Tôi cho Như Ý coi cái này.
	Như Ý(니으 이)한테 이거 보여줄게요
	Đây là google, công cụ tìm kiếm.
	이거는 구글이래요. 검색하는 도구예요.

Như Ý có thể tìm bất cứ thứ gì trên đây.
여기에서 뭐든 다 검색할 수 있어요.

니으 이   Bất cứ thứ gì?
뭐든?

뚜엉   Yes!
응!

니으 이   Ê. Có cái nón chấm bi, tôi bị mất ở năm 67, tìm được không?
야. 물방울 무늬 모자가 있잖아. 67년도에 잃어버렸는데. 찾을 수 있어?

뚜엉   Dĩ nhiên là không được.
당연히 안 되죠.

Nhưng mà Như Ý có thể tìm kiếm nhiều thứ mà nó tương tự như vậy.
하지만 비슷한 것들을 더 많이 검색할 수 있어.

Nón chấm bi đúng hông? Nón chấm bi!
물방울 무늬 모자 맞죠? 물방울 무늬 모자!

니으 이   Ê, Tom Ford có không?
야, 톰포드도 있어?

뚜엉   Dễ ẹc.
식은 죽 먹기지.

니으 이   Tui bắt đầu thấy thích năm 2017 này rồi đó.
2017년도가 좋아지기 시작했어.

헬렌   Cứ may gối đầu đi.
그냥 비상용으로 만들어 놓아.

Trend mùa này chỉ vòng vòng mấy thứ thập niên 60 thôi.
이번 계절의 트렌드는 60년대 것 들이야.

Có biết còn mấy ngày nữa là deadline không?
며칠 후면 마감이라는 거 알아?

수석 디자이너   7 ngày.
7일.

헬렌   7 ngày, 40 mẫu.
7일, 스타일 40개.

Đây, bông nhuyễn, form rủ, thả hết chân váy, Balenciaga Chloe.
여기, 작은 꽃 무늬, 처진 모양, 치마를 다 풀고, 발렌시아가 끌로에.

수석 디자이너   Nhà Phương Hà làm rồi.
Phương Hà(프엉 하)가 이미 했어요.

헬렌   Vậy thì Polka Dots. Proenza Schouler. Sonia Rykiel. Print. Vải in. Gucci. Prada. Miu Miu.
그러면 폴카닷. 프로엔자 슐러. 소니아 리키엘. 프린트. 프린트 원단. 구찌. 프라다. 미우미우.

수석 디자이너	Richard Vũ cũng làm rồi.
	Richard Vũ(리차드 부)도 했어요.
헬렌	Courrège, Dior, Paco Rabanne, chinh phục mặt trăng.
	Courrège, Dior, Paco Rabanne, 달 정복.
수석 디자이너	Cái này không ai làm ở Việt Nam hết á.
	이건 베트남에서 아무도 안 해요.
헬렌	Vì có ai mặc nổi đâu mà làm.
	입을 수 있는 사람이 없으니까.
	Vậy thì chúng ta còn gì, còn mỗi Polka Dots.
	그럼 뭐가 남았어. 폴카닷만 남았잖아.
	Mà Polka Dots thì cần cái gì?
	근데 폴카닷은 뭐가 필요하겠어?
수석 디자이너	Mẫu in, nhiều version màu, đúng form, đúng vải.
	프린트 샘플. 여러 버전의 색상. 어울리는 (옷)폼과 어울리는 원단.
헬렌	Chấm hết tất cả các pantone màu đem vô đây cho tôi.
	모든 팬톤 컬러칩을 갖다 줘.
수석 디자이너	Nhưng mà ngày mai khách hàng tới rồi.
	근데 내일이면 고객분들 오시는데요.
헬렌	Tôi không cần biết. Sáng mai tôi muốn thấy cái gì mới lạ.
	나는 알고 싶지도 않고. 그냥 내일까지 참신한 거만 보고 싶어.
	Nếu không thì đừng có mất công diện đồ đi làm nữa nha.
	못하겠으면 더 이상 차려 입고 출근할 필요 없어.
수석 디자이너	Thập niên 60 đâu phải thế mạnh của mình đâu.
	60년대는 내 강점이 아닌데.

TAKE 17

수석 디자이너	Cô chưa về nữa hả?
	아직 안 갔어요?
니으 이	Tôi nghĩ là đâu nhất thiết anh phải tập trung hết vào Polka Dots.
	내 생각에는 꼭 폴카닷에만 집중할 필요는 없어요.
	Vẫn có thể bung ra các nhánh khác của thập niên 60 mà.
	60년대의 다른 부분으로 풀어낼 수 있잖아요.
	Như là Biba nè, MOD nè, Hippie nè.
	예를 들어서 비바도 있고, MOD도 있고, 히피도 있어요.
	Miễn sao giữ lại được cái palette màu chuẩn của cả bộ sưu tập là được rồi.
	컬렉션의 표준 팔레트를 유지하기만 하면 되죠.

수석 디자이너	Nhưng mà...
	하지만...
니으 이	Biết rồi, biết rồi.
	알았어, 알았어요.
	Cái thời đại này hổng thích pop-art sặc sỡ chứ gì?
	이 시대는 화려한 팝아트를 안 좋아하죠?
	Vậy thì mình sẽ làm dịu dịu retro.
	그러면 레트로쪽으로 해요.
수석 디자이너	Cô mà cũng biết vẽ thời trang nữa hả?
	너도 디자인을 해?
니으 이	Đây, đủ cho ngày mai chưa?
	여기요. (내일 쓸 만큼) 충분하죠?
	S'il vous plait? A, pardon. Anh thích chứ?
	마음에 들어요? 아, 미안해요. 좋아해요?
	Anh Hiển, chị Helen đang làm đồ cho ai, và ai đang là đệ nhất celeb Sài Gòn vậy?
	Hiển(히잉) 씨, 헬렌 씨가 누구한테 옷을 만들어주고 있고, 누가 사이공의 최고 셀럽이에요?
수석 디자이너	Trang Ngô á, ở Sài Gòn này Trang Ngô là celeb quyền lực nhất.
	Trang Ngô(짱 응오)야. 이 사이공에서는 Trang Ngô(짱 응오)가 가장 힘 있는 셀럽이야.
	Bao nhiêu năm nay đều mặc đồ của Helen hết.
	요 몇 년동안 헬렌 옷만 입었어.
짱 응오	Hello.
	안녕하세요.
헬렌	Hello, my super star. How are you?
	안녕하세요, 나의 슈퍼 스타. 잘 지냈어요?
짱 응오	I'm good.
	잘 지냈어요.
헬렌	Long time no see, wow, you look so great. As always
	오랜만이네요. 너무 아름다워요. 늘 그렇듯이죠.
짱 응오 직원	Hello.
	안녕하세요.
헬렌	Hello, how are you. Love to see you again.
	안녕하세요, 잘 지내고 계세요? 다시 만나게 되어서 반갑습니다.
	We're getting already for this morning.
	아침 미팅 준비가 다 되었습니다.
	We have a very great collections to show you guys this morning. Please come.
	여러분에게 보여줄 훌륭한 컬렉션이 준비되어 있습니다. 이리로 오세요.

수석 디자이너	Kính thưa quý vị. 여러분.
	Đây là bộ sưu tập mới nhất của công ty chúng tôi. 이것은 우리 회사의 최신 컬렉션입니다.
	Được lấy ý tưởng từ những trang phục thập niên 60. 60년대 의상에서 영감을 받았습니다.
	Còn đây là những thiết kế của bộ sưu tập này. 그리고 이것이 이번 컬렉션의 디자인입니다.
	Như quý vị đang thấy thì đây là một trong những phong cách rất là nổi bật của những năm 60. 보시다시피 이것은 60년대에 핫했던 스타일 중 하나입니다.

TAKE 18

헬렌	Con Như Ý thiết kế đó phải không? Như Ý(니으 이)가 디자인한 거지?
수석 디자이너	Tôi không thể làm một mình trong đêm được. 하룻밤 안에 혼자 다 할 수가 없었어요.
	Như Ý đã là người giúp tôi. Như Ý(니으 이)는 나를 도와준 사람이에요.
	Bởi vì không còn cách nào khác. 다른 방법이 없으니까요.
	Sáng nay nhà đầu tư tới rồi. 오늘 아침에 투자자가 오잖아요.
	Mình cần phải trình bày bộ sưu tập mới nữa. 새로운 컬렉션도 발표해야 되고.
	Quý vị, cô Như Ý, tác giả của bộ sưu tập lần này. 여러분, Như Ý(니으 이) 씨, 이번 컬렉션의 디자이너(작가)입니다.
니으 이	Nói về thập niên 60 sôi động và phá phách, 발랄하고 장난스러운 60년대에 대해서 말하자면,
	Luân Đôn đã xuất khẩu âm nhạc và thời trang đi khắp thế giới. 런던은 음악과 패션을 전세계로 수출했습니다.
	Nên hầu như tất cả mọi người đều tập trung vào "Mod Jack", rất thành thị và rực rỡ. 그래서 거의 모든 사람이 도시적이고 찬란한 느낌의 'Mod Jack'에 집중했습니다.
	Tuy nhiên vẫn có những làn sóng ngầm mà chỉ có những tín đồ thời trang thực thụ của thập niên 60 mới có thể nắm bắt được. 하지만 60년대의 진정한 패션 매니아만 알 수 있는 은밀한 트렌드도 여전히 있습니다.

Tiêu biểu như bản in Pop art nghệ thuật thị giác,
대표적으로는 시각 예술인 팝아트 프린트물이나

Hay những chiếc quần ống chun Bell bottom được xuất hiện vào cuối thập
niên 60.
60년대 말에 출시된 나팔바지 벨바텀들이 있습니다.

Bản in đánh lừa thị giác với những khối hình học sắp xếp một cách hỗn
độn nhưng đầy chủ đích, kết hợp với màu sắc đầy mạnh mẽ và nghệ thuật.
의도적으로 번잡하게 배열되는 무늬들의 프린트를, 매우 강인하고 예술적인 색감과 결합하였습니다.

Như chiếc quần ống chun belt bottom, hay ngày nay còn được gọi là quần
ống loe, được nổi lên từ đại nhạc hội Woodstock.
오늘날에 흔히 플레어팬츠라고 불리는 벨바텀 같은 경우, 우드 스탁 뮤직패티벌때부터 유명해졌습니다.

Những mẫu thiết kế trong bộ sưu tập lần này của chúng tôi được kết hợp
từ bell bottom và pop art, với những chi tiết được cập nhật để phù hợp
hơn với người Việt mà không một nhãn hàng thời trang nào có thể đụng
được.
저희의 이번 컬렉션의 디자인은 벨바텀과 팝아트의 결합입니다. 어떤 브랜드도 따라할 수 없으면서
베트남 사람에게 더욱 어울리게 변형된 디테일도 있습니다.

짱 응오	It's amazing. It's good. It's very good. Great job. 와우 훌륭하네요. 좋아요. 아주 좋아요. 잘했어요.
헬렌	Và đó cũng chính là thông điệp mới của nhà Helen cho mùa mode xuân hè 2017. 이것이 바로 2017년 SS 헬렌 브랜드의 새로운 메시지입니다. Một sự về nguồn đầy ngoạn mục nhưng vẫn mang một hơi thở của thời đại mới. '원조'의 눈부신 귀환, 하지만 현대적 감성을 갖고 있죠.
짱 응오의 직원	Mãi yêu! 영원히 사랑해요! Bộ sưu tập này sẽ ra hàng loạt tại 36 chuỗi cửa hàng. 이 컬렉션은 36개 체인점에서 대량으로 출시될 예정입니다.
짱 응오	Absolutely! 물론이죠!
헬렌	Thank you! Vậy chừng nào chúng ta ký được hợp đồng? 감사합니다! 그럼 우리는 언제 계약 체결을 할 수 있죠?

TAKE 19

헬렌	Đáp đất chưa? Chị nói chuyện chút. 정신 차렸어? 잠깐 얘기해.

뚜엉	Ủa? Sao hôm nay về sớm vậy? 엥? 오늘은 왜 이렇게 일찍 들어왔어?
헬렌	Thì hết việc rồi về! 일이 끝났으니깐 들어온 거지!
뚜엉	Chị mà hết việc thì chắc công ty này cũng đóng cửa. 누나가 일이 없다고 하면, 회사도 문 닫을 때가 됐나 보네.
헬렌	Tối ngày toàn chui đầu vô mấy cái thứ quá khứ. 하루 종일 과거 따위에만 몰두해.
	Lông bông chụp choẹt. 이것 저것 사진이나 찍고.
	Lo mà tập trung làm ăn đi nha. 사업에나 집중해.
	Tao ngán phải nuôi cơm mày rồi đó. 너 먹여 살리는 거 지겨워 정말.
	Đang yêu con nhỏ này hả? 이 계집애 사랑하냐?
뚜엉	Không có, chụp chơi thôi. 아니. 그냥 찍은 거야.
	Chị lấy đâu ra tấm hình này vậy? 이 사진은 어디서 꺼냈어?
헬렌	Đây là bà ngoại, đây là mẹ, đây là bà An Khánh. 이 사람은 외할머니, 이 사람은 엄마, 이 사람은 An Khánh(앙 칸) 아줌마.
	Còn con Như Ý là ai? Như Ý(니으 이)는 누군데?
뚜엉	Như Ý chắc là bà con với cô An Khánh. Như Ý(니으 이)는 아마 An Khánh(앙 칸) 이모의 친척이겠지.
헬렌	Sao nó giống bả y chang vậy? 왜 그 아줌마랑 그렇게 똑같이 생겼어?
뚜엉	Thì bà con là phải giống nhau thôi. 친척이니까 비슷하게 생겼지 뭐.
	Chị hỏi gì kỳ vậy? 왜 그런 이상한 질문을 해?
헬렌	Nó từ nước ngoài về hả? Thấy cái kiểu cách là lạ. 걔 해외에서 온 거야? 행동거지가 좀 이상해서.
뚜엉	Không biết, nhưng mà cô này giỏi. 몰라, 근데 이 사람 일 잘해.
헬렌	Chứ chị mày không giỏi hả? 네 누나는 못 하니?

뚜엉	Chị vô duyên quá.
	너무 어이가 없네.
	Chị hết chuyện rồi chị đi so sánh chị với cổ?
	할 일이 없어서 본인이랑 그 사람을 비교하고 그런 거야?
	Cả hai người đều giỏi được chưa?
	둘 다 잘해, 됐어?
헬렌	Tao không hiểu tại sao mẹ lại bắt con Như Ý qua chỗ tao làm?
	엄마가 왜 Như Ý(니으 이)를 내 곳으로 보냈는지 모르겠어.
	Cỡ nó, đâu phải làm osin.
	걔 정도면, 가사도우미를 할 정도는 아닌데.
	Hay là giữ nó ở lại tiệm Thanh Loan của mẹ chẳng hạn.
	아니면 엄마의 Thanh Loan(탄 로앙) 가게에서 일하게 하든지.
	Lương ở đó cũng cao. Gu xưa xưa, mẹ thích.
	거기 월급도 상당히 높잖아. 옛날 스타일, 엄마가 좋아하잖아.
뚜엉	Cổ không có biết may áo dài.
	그 사람 아오자이 맞출 줄 몰라.
	Cổ không có thích thiết kế áo dài.
	그 사람 아오자이 디자인하는 거 안 좋아해.

TAKE 20

짱 응오의 직원	Ô hello.
	안녕.
	Vừa mới nói chuyện với ông Toronto xong.
	방금 토론토에서 온 그 분이랑 얘기를 나눴는데.
	Ổng nói thiết kế của bà đợt này là phá kỉ lục rồi đó nghe chưa.
	그가 그러는데 네 이번 디자인이 역대 기록을 깼대!
	À! Bà Trang Ngô bận mẫu thiết kế của bà đó.
	아! Trang Ngô (짱 응오)가 네가 디자인한 옷을 입었잖아.
	Trời ơi, bây giờ tạo thành viral rồi.
	어머, 이제 바이럴까지 되었네.
	Tất cả các con nhỏ trong văn phòng đều copy copy và bàn tán xôn xao.
	사무실에서 일하는 여자애들이 다 따라 입고, 이번 스타일에 대해 엄청 얘기하고 다니더라.
	Mà công nhận nha. Ở đâu tìm ra một đứa lính mà tài giỏi như vậy.
	근데 진짜 인정해야 해. 그렇게 능력있는 조수는 어디서 찾았어?
헬렌	Cám ơn bà nha.
	고맙다.

Nói cho bà biết. Như Ý của bên tôi còn giỏi hơn như vậy nữa.
들어봐봐. 우리의 Như Ý(니으 이)는 이보다 더 잘해.

Cô là đệ nhất áo dài từ xưa tới giờ, may áo dài đẹp lắm.
걔는 예부터 지금까지 최고의 아오자이 디자이너야. 아오자이를 아주 잘 만들어.

짱 응오의 직원 | Really?
정말?

Vậy Như Ý là ai?
그럼 Như Ý(니으 이)는 누구야?

헬렌 | Mẹ tôi đưa qua.
우리 엄마가 데리고 온 사람이야.

짱 응오의 직원 | A! Là người quen của mẹ bà, chứ không phải là lính của bà hả?
아! 네 엄마의 아는 사람이구나. 너의 조수가 아니고?

Có khi nào mai mốt nó soán ngôi bà luôn không?
나중에 걔가 네 자리를 빼앗는 건 아니겠지?

Nói giỡn thôi mà bà căng dữ vậy.
장난친 거야. 뭘 그렇게 힘을 줘.

Nghĩ làm sao cả cái thành phố này, ai dám soán ngôi bà được.
이 도시에서 누가 감히 네 자리를 차지할 수 있겠어.

헬렌 | Tất nhiên.
당연하지.

Nói cho bà biết nha.
들어봐봐.

Mùa này thế giới quay lại mốt thập niên 60, cũng là thời hoàng kim của áo dài.
이번 계절부터 트렌드가 아오자이의 황금시절인 60년대로 다시 돌아가거든.

Bà Trang Ngô của baby mà mặc áo dài của Như Ý thiết kế, chắc chắn sẽ là dẫn đầu xu hướng cho coi.
너의 Trang Ngô(짱 응오) 씨가 Như Ý(니으 이)가 디자인한 아오자이를 입으면 트렌드세터가 될 거야.

짱 응오의 직원 | You sure?
확실해?

Mọi chuyện đều nghe bà hết.
네가 하라는대로 할게.

Bà nhớ, tui cũng phải có một bộ đó nghe chưa.
나도 한 벌 해줘야 하는 거 기억해.

헬렌 | Tất nhiên.
당연하지.

짱 응오의 직원 | Mãi yêu!
사랑해!

니으 이	Các baby, ăn mừng tháng lương đầu tiên.
	우리 베이비들, 첫 월급 나왔으니 축하하자고.
니으 이, 앙 칸	Dô!
	건배!
헬렌	Áo dài. Áo dài.
	아오자이. 아오자이.
수석 디자이너	Đây là cơ hội của cô. Cố gắng nắm bắt nha.
	이것은 당신의 기회예요. 잘 잡으세요.
니으 이	Trời, tự nhiên bây giờ bắt may áo dài, một bộ sưu tập áo dài.
	어머, 갑자기 아오자이를 만들라고. 아오자이 컬렉션을.
뚜엉	Thôi Như Ý đừng quá lo lắng.
	Như Ý(니으 이), 너무 걱정하지 마.
	Tuấn tin là Như Ý sẽ làm được mà.
	Tuấn(뚜엉)은 Như Ý(니으 이)가 할 수 있을 거라고 믿어.
니으 이	Không xưởng may, không tổ thiết kế. Làm là làm sao?
	옷 맞출 가게도 없고, 디자인 팀도 없고. 하면 어떻게 하라는 거야?
뚜엉	Helen không cho hả?
	헬렌이 (지원팀) 안 줬어?
	À, hay là Như Ý qua gặp mẹ của Tuấn đi.
	아니면 Như Ý(니으 이), 우리 엄마를 보러 가요.
	Mẹ Tuấn là trùm may áo dài Sài Gòn này mà.
	우리 엄마가 이 사이공의 아오자이 여왕이잖아.
니으 이	Đâu phải lúc khó khăn nào cũng lết xác qua gặp mẹ cậu.
	어려울 때마다 네 엄마를 보러 갈 수는 없잖아.
	À, đây là cách mà cậu giải quyết mỗi khi gặp khó khăn đúng không?
	아, 이게 어려움을 마주할 때마다 네가 쓰는 해결법인 거지?
	Là về nhà bám váy mẹ hở?
	집에 돌아가서 마마보이 행세 하는 거?
뚜엉	Nè, Tuấn chỉ đang tìm ra hướng giải quyết thôi.
	저기, 나는 단지 해결방법을 찾아내는 중이예요.
	Bởi vì thật ra đây một phần là lỗi của Tuấn.
	사실 이것은 Tuấn(뚜엉)의 실수라서요.
니으 이	Gì, sao là lỗi của cậu?
	뭐? 왜 네 실수인데?
뚜엉	Hôm trước, Tuấn lỡ nói với chị Helen là Như Ý không biết may áo dài.
	저번에 헬렌 누나한테 Như Ý(니으 이)가 아오자이 못 맞춘다고 말해버렸어.

Tuấn không nghĩ là Helen đã dùng điều đó để làm việc này.
헬렌이 그걸 가지고 이렇게 할 지 몰랐어요.

니으 이	Dừng lại. Dừng xe lại. 멈춰. 오토바이를 멈추라고.
뚜엉	Như Ý, nghe Tuấn nói đã. Như Ý(니으 이), 내 말 좀 먼저 들어봐.
니으 이	Dừng xe lại lẹ lên. Dừng xe lại chưa? 빨리 멈춰. 안 멈춰?
뚜엉	Bình tĩnh. Như Ý! 진정해. Như Ý(니으 이)!
니으 이	Dừng lại đi. 멈춰. Cậu mới nói gì? 방금 뭐랬지?
뚜엉	Nghe Tuấn giải thích đã. 내 설명 좀 먼저 들어줘.
니으 이	Đó là cách mà cậu gọi là giúp tui hả. 그게 네가 나를 도와주는 방법인 거야?
뚜엉	Không phải như Như Ý nghĩ đâu. Như Ý(니으 이)가 생각하는 그런 게 아냐.
니으 이	Đồ giả tạo. 가식적이야. Con Thanh Loan và cả gia đình cậu đều muốn thấy tôi thất bại chớ gì. Thanh Loan(탄 로앙)이랑 네 온가족 모두 내가 실패하는 꼴을 보고 싶은 거지?
뚜엉	Như Ý! Như Ý(니으 이)!
니으 이	Mấy người làm được rồi đó. 너희들 뜻대로 됐네.
뚜엉	Như Ý! Như Ý(니으 이)!

TAKE 22

앙 칸	Áo dài? 아오자이?
니으 이	Oui, áo dài! 맞아, 아오자이!

앙 칸	Ô là la. 울랄라
니으 이	Biết thế nào cũng nói "ô là la". 무조건 "울랄라" 라고 할 줄 알았어.
	Nè, đây là mấy cái mẫu mà tui nghĩ ra. Giờ bà may đi. 야, 내가 생각한 디자인이야. 자 지금 만들어봐.
	Nhớ, may cho đúng kiểu may truyền thống của nhà may Thanh Nữ nghe. 기억해. Thanh Nữ(탄 느)의 전통적인 스타일대로 해야 해.
앙 칸	Thôi, thôi. Tự dưng đi làm không công cho con Helen. 됐어, 됐어. 갑자기 헬렌을 위해 공짜로 일해주기나 하고.
니으 이	Bà nghĩ sao mà không công? 왜 공짜라고 생각해?
	Bà có biết là tôi tiếp cận được với Trang Ngô rồi không? 내가 Trang Ngô(짱 응오)에게 접근했다는 거 알아?
	Mà Trang Ngô rất là nổi tiếng. Trang Ngô(짱 응오)는 엄청 유명해.
	Nổi tiếng thì chắc chắn là cái nhà may Thanh Nữ này sẽ được phục dựng, hiểu hông? 유명하니깐 이 Thanh Nữ(탄 느) 가게를 다시 일으켜 세울 수 있을 거라고, 이해돼?
앙 칸	Mày hay quá à. 참 대단해.
	Chuông khánh còn chẳng ăn ai. Chả lẽ con Helen nó không hỏi má nó. 소용없어. 헬렌이 걔 엄마한테 안 물어봤겠어?
	Con Thanh Loan bây giờ là đệ nhất Áo Dài Sài Gòn. Thanh Loan(탄 로앙)이 지금 사이공의 제일가는 아오자이 디자이너잖아.
	Nó còn là truyền nhân của nhà may Thanh Nữ nữa. 걔는 Thanh Nữ(탄 느)의 후계자이기도 하고.
니으 이	Chứ bà là cái gì? 그럼 네가 뭔데?
	Bà mới là con của má mà. 너야말로 엄마의 딸이잖아.
	Mới là cái truyền nhân chính thức của cái nhà này. 이 집의 정식 후계자이고.
앙 칸	Nhưng mà má chết trước khi tao kịp học may áo dài. 근데 엄마는 내가 아오자이 맞추는 법을 배우기 전에 돌아가셨어.
니으 이	Incroyable! 말도 안돼!

앙 칸	Thì bởi. 그러니까.
	Mày ghét áo dài thì tao cũng phải ghét áo dài chứ. 네가 아오자이를 싫어하면 나도 아오자이를 싫어하지.
	Đồ tây thì tao may được chút chút. 양복은 조금 만들 수 있어.
	Con Thanh Loan thường xuyên đem qua đây nhờ tao may giùm đồ cho Helen đó. Thanh Loan(탄 로앙)이 종종 여기 와서 헬렌의 옷 만들어 달라고 부탁했거든.
니으 이	May giùm đồ Helen hả. 헬렌의 옷을 대신 만들어줬다고?
	Bà vẫn chưa biết là bà ăn tiền bố thí của con Thanh Loan? 아직도 Thanh Loan(탄 로앙)이 시주한 돈으로 먹고 살았다는 걸 몰라?
	Đồ của bà Helen nó cần không? 네가 만든 옷을 헬렌이 필요로 하겠어?
	Nó quăng ở trong một đống nhà kho kìa, có muốn đi coi không? 그 옷 창고에 한 무더기로 던져놨어, 보러 갈래?
	Tui thất vọng về bà lắm. 정말 실망이야.
	Nếu tui mà là bà, tui đi tự tử là đúng rồi. 내가 너라면 자살했어.

TAKE 23

니으 이	Muốn làm cái gì? 뭐 하려고 하는데?
앙 칸	Thì mày biểu tao đi chết. 네가 나한테 죽으라며.
	Bây giờ tao chết cho mày vừa lòng. 나는 지금 네가 원하는 대로 죽을 거라고.
니으 이	Muốn thì kiếm chỗ khác cho khuất mắt tui. 죽고 싶으면 내 눈 앞에 보이지 않도록 다른 곳을 찾아.
앙 칸	Mày nhìn nguyên cái nhà này đi. Còn chỗ nào để cho tao thắt cổ không? 이 집 전체를 봐. 내가 목을 맬 곳이 어디 더 있니?
니으 이	Đồ vô dụng. Có cái áo dài cũng không may được. 쓸모없는 사람이야. 아오자이도 못 만들다니.
	Cái tiệm may Thanh Nữ này cũng làm mất. 이 Thanh Nữ(탄 느) 가게도 잃어버렸고.

Cái nhà cũng bị siết.
집도 압류당하게 만들고.

Giờ muốn chết cũng không chết được nữa hả.
이제는 죽고 싶어도 못 죽어?

앙 칸   Mày dám nói với tao như vậy hả.
감히 나한테 그렇게 말해?

Đó không phải là lỗi của tao. Lỗi là của mày.
그건 내 잘못이 아니잖아. 네 잘못이야.

Mày không chịu học may áo dài.
넌 아오자이 만드는 법을 배우려 하지 않았고.

Mày cãi lời má, mày ngang ngược, mày xấc xược.
넌 엄마의 말을 대들었고, 고집부리고, 되바라지고.

Mày hung tợn với tất cả mọi người.
넌 모든 사람에게 성질 부렸어.

Cho nên bây giờ tao mới ra nông nỗi nè.
그래서 내가 지금 이 꼴이 난거야.

니으 이   Bà im đi!
닥쳐!

앙 칸   Mày im đi á.
너야말로 닥쳐.

니으 이   Cái nhà này suy sụp là do bà.
이 집이 망한 건 너 때문이야.

Chính bà. Chính bà phá nát cái tiệm may Thanh Nữ này.
바로 너야. 너야말로 이 Thanh Nữ(탄 느) 를 파괴했다고.

Bà rượu chè bê tha, bà đập nát hết cả cuộc đời của má.
너가 술에 빠져, 엄마의 인생을 모두 파괴했어.

Má chết là do bà.
엄마가 죽은 것은 너 때문이야.

앙 칸   Ờ, là lỗi của tao. Đúng, it's my fault.
어, 내 잘못이야. 맞아, 내 잘못.

Tao làm mất nhà, tao làm mất tiệm, tao không nghe lời má.
내가 집을 잃게 만들었고, 가게도 잃게 했고, 엄마의 말도 안 들었어.

Tao là một đứa thất bại, mày nói tiếp đi.
난 실패자야, 계속 말해.

Nhưng mà mày nên nhớ, mày là tao.
하지만 기억해, 너는 나야.

Mày không thích áo dài.
네가 아오자이를 안 좋아해.

Mày ghét nó mà, mày cố gắng làm cái gì.
그걸 싫어하잖아? 노력해서 뭐하게?

Mày xé đi, mày xé đi.
찢어, 찢어.

Cội nguồn của cái nhà này mày không trân trọng.
이 집의 뿌리를 넌 소중히 하지 않았어.

Bản thân mày, mày cũng không coi ra cái gì mà.
네 자신마저도, 별거 아닌 존재라 생각하잖아.

니으 이   Đúng! Đúng là tui ghét áo dài.
맞아! 난 아오자이를 싫어하는 거 맞아.

Tui căm thù nó nữa kìa.
그걸 증오하기까지 해.

Tui không thể nào may được cái áo dài.
나는 도저히 아오자이를 맞출 수 없어.

Nhưng mà tui còn biết cố gắng thay đổi bản thân mình.
하지만 나는 적어도 내 자신을 변화시키고자 노력해.

Còn bà, bà chỉ là một kẻ bỏ đi.
그런데 너는, 너는 그저 폐인일 뿐이야.

TAKE 24

뚜엉   Như Ý! Như Ý! Nghe Tuấn nói nè.
Như Ý(니으 이)! Như Ý(니으 이)! 내 말 들어봐 봐요.

니으 이   Đi về đi! Tui hổng cần ai quan tâm hết.
돌아가! 아무도 신경 안 써줘도 돼!

뚜엉   Như Ý!
Như Ý(니으 이)!

Tuấn chưa bao giờ... chưa bao giờ có ý định làm hại Như Ý cả.
Tuấn(뚜엉)은 절대로... 정말로 Như Ý(니으 이)를 다치게 하려고 한 적 없어요.

니으 이   Mất hết rồi!
다 끝났어! (모든 것을 잃었어)!

Ngay cả bản thân tôi cũng không giúp được mình nữa.
나조차도 나를 도울 수가 없네.

뚜엉   Thật ra thì cô An Khánh không phải là người thất bại như là Như Ý nghĩ đâu.
사실 An Khánh(앙 칸) 이모는 Như Ý(니으 이) 생각만큼 무능한 사람이 아니에요.

Hồi năm 73, cô có mở một tiệm Âu phục.
73년에, 이모가 양장점을 하나 열었었어.

Vì do không hợp thời, nên khách quen cũng dần bỏ đi.
시대에 맞지 않다는 이유로 단골손님도 점차 떠났어요.

Thương hiệu bị dần trôi vào quên lãng.
그 브랜드도 점차 잊혀졌죠.

Cô bắt đầu suy sụp tinh thần từ đó.
이모는 그때부터 정신이 무너지기 시작했어요.

Cô chối bỏ thương hiệu Như Ý, đổi tên mình thành An Khánh.
이모는 Như Ý(니으 이)라는 브랜드를 거부하고, 자기의 이름도 An Khánh(앙 칸)으로 바꿨어요.

Chối bỏ chính mình.
자기 자신도 거부했고.

Mọi thứ càng ngày càng trở nên tồi tệ hơn.
모든 것들이 갈수록 나빠졌죠.

Đỉnh điểm là mất luôn căn nhà như là Như Ý thấy đó.
Như Ý(니으 이)가 본 것처럼 집마저 잃게 되는 최악인 상황이 온 거예요.

| 니으 이 | Sao bả ra nông nổi đó? |
| | 어쩌다가 그렇게 된 거야? |

| 뚜엉 | Sau đó, mẹ Tuấn mở tiệm may Thanh Loan. |
| | 그 후에 우리 엄마가 Thanh Loan(탄 로앙) 가게를 열었어요. |

Rồi tự xưng là truyền nhân của nhà may Thanh Nữ.
그리고 자칭 Thanh Nữ(탄 느) 재봉사의 후계자라고 했죠.

Điều đó vô tình động đến lòng tự ái của cô.
그건은 무의지로 이모의 자존심을 상하게 했어요.

Cô không nhận sự giúp đỡ của mẹ Tuấn nữa.
이모는 더 이상 우리 엄마의 도움을 받지 않겠다고 했어요.

Tự đẩy mình vào cuộc sống cô độc hơn.
스스로 자신의 삶을 더욱 고독하게 만들었죠.

| 니으 이 | Sao cậu biết nhiều chuyện vậy? |
| | 너는 왜 그렇게 많은 일을 알아? |

| 뚜엉 | Mẹ Tuấn nói Tuấn biết. |
| | 우리 엄마가 알려준 거예요. |

Mẹ nói, cô là một người rất là may mắn.
엄마는 이모가 운이 아주 좋은 사람이라고 했어요.

Bởi vì vừa sinh ra trong một gia đình giàu truyền thống, mà vừa tài năng.
재능과 오래된 전통을 가진 가정에서 태어났으니까요.

| 니으 이 | Bộ sưu tập áo dài đó là cơ hội duy nhất để tui phục dựng lại nhà may Thanh Nữ |
| | 그 아오자이 컬렉션은 내가 Thanh Nữ(탄 느) 가게를 복구할 수 있는 유일한 기회야. |

Mà giấc mơ đó, nó cũng sắp bị lụi tàn rồi.
하지만 그 꿈도 빛을 잃어가고 있어.

뚜엉   Cô từng bảo cô không phải là An Khánh mà.
본인이 An Khánh(앙 칸)이 아니라면서요?

Như Ý mà Tuấn biết, dễ dàng bỏ cuộc như vậy sao?
제가 아는 Như Ý(니으 이)는 그렇게 쉽게 포기한다고?

TAKE 25

직원   Dạ thưa cô! Có cô An Khánh tìm gặp ạ!
사장님! An Khánh(앙 칸)님이 찾아오셨습니다!

탄 로앙   Chị An Khánh!
An Khánh(앙 칸) 언니!

Cũng đã lâu lắm rồi, chị mới chịu đến gặp em.
오랜만이에요, 이제야 저를 보러 왔네요.

앙 칸   Tui bậy quá Thanh Loan à.
내가 잘못했어, Thanh Loan(탄 로앙)아.

Tui ước gì, mình có thể làm được một điều gì đó để chuộc lại những lỗi lầm của mình.
무엇이라도 해서 내 잘못을 속죄할 수 있다면 얼마나 좋을까...라는 생각을 해.

Nhưng mà không biết là có muộn quá hay không.
그런데 너무 늦은 건 아닌지... 모르겠어.

탄 로앙   Chị làm cái gì vậy?
언니 뭐 하는 거예요?

앙 칸   Tôi xin cô.
부탁해 제발.

Hãy cho phép tôi được nhận cô làm thầy.
내가 너를 선생님으로 삼을 수 있게 해줘.

Hãy dạy lại tôi may áo dài của nhà may Thanh Nữ, từ truyền nhân đích thực của má.
엄마의 진정한 후계자로서 Thanh Nữ(탄 느) 재봉사의 아오자이를 가르쳐줘.

탄 로앙   Chị đứng lên đi.
어서 일어서요.

Chị đừng có làm như vậy mà má buồn.
그렇게 하지 마요, 어머니가 슬퍼할 거예요

Chính chị mới là truyền nhân của nhà may Thanh Nữ.
언니야말로 Thanh Nữ(탄 느) 재봉사의 후계자예요.

Em chỉ là người giữ lửa dùm cho chị thôi
나는 언니 대신 그 불을 간직해 주는 사람일 뿐이에요.

탄 로앙   Má! Má! Má sao vậy má?
어머니! 어머니! 왜 그래요?

Má! Má bị bệnh, sao không nói cho tụi con biết?
어머니! 몸이 안 좋은데 왜 저희한테 안 알려주셨어요?

니으 이의 엄마   Thanh Loan... Con hãy gìn giữ bí kíp của nhà may Thanh Nữ.
너... Thanh Nữ(탄 느) 재봉사의 비결을 잘 보관하고 있다오.

탄 로앙   Dạ!
네!

니으 이의 엄마   Rồi đợi ngày con Như Ý nó hồi tỉnh... Rồi con dạy lại cho nó nha con.
Như Ý(니으 이)가 반성하는 날이 오면... 걔한테 다시 전수해다오.

탄 로앙   Dạ má!
네, 어머니!

니으 이의 엄마   Phải nhớ, áo dài là nguồn cội, là cái gốc của cái nhà này nhe con.
기억해야 돼. 아오자이는 우리 가문의 근원이고 뿌리야.

탄 로앙   Dạ. Má, má, má ơi.
네. 어머니, 어머니, 어머니.

Từ bấy đến nay, em chỉ đợi câu nói này của chị.
여태까지, 내가 언니의 이 말만 기다리고 있었어요.

Chỉ cần chị hồi tâm chuyển ý...
언니가 마음을 돌리기만 하면...

Em sẽ trao lại bí kiếp của má để chị phục dựng lại nhà may Thanh Nữ.
언니가 Thanh Nữ(탄 느) 가게를 되살릴 수 있도록 어머니의 비결을 돌려줄 거예요.

앙 칸   Thanh Loan, hãy dạy lại.
Thanh Loan(탄 로앙), 가르쳐줘.

Dạy lại cho tôi may áo dài của má.
엄마의 아오자이를 나한테 가르쳐줘.

Nhà có thể mất được.
집을 잃어도 되지만

Nhưng nghiệp của má, tôi phải giữ.
엄마의 가업은 지켜야 돼.

Hãy giúp tôi nha.
나를 도와줘.

니으 이의 엄마	**Như Ý, má biết con chưa bao giờ coi trọng cái áo dài**
	Như Ý(니으 이), 네가 아오자이를 소중히 여긴 적이 없다는 걸 엄마도 잘 알아.
	Nhưng nó chính là nguồn cội của gia đình mình suốt 9 đời qua.
	하지만 아오자이는 9대에 걸친 내려온 우리 가문의 뿌리야.
	Là linh hồn của nhà Thanh Nữ.
	Thanh Nữ(탄 느) 재봉사의 영혼이고.
	Má mong rằng một ngày nào đó, con yêu tà áo dài.
	언젠가 너도 아오자이를 사랑하게 되길 바란다.
	Và thay má tiếp tục hành trình này.
	그리고 엄마 대신에 이 길을 계속 가줘.
니으 이	**An Khánh. Bà đi đâu vậy?**
	An Khánh(안 칸). 어디 갔다왔어?
	Tôi lo cho bà lắm.
	걱정 많이 했어.
안 칸	**Mày còn quan tâm tới tao nữa sao?**
	아직 내 걱정을 하긴 해?
니으 이	**Mình nói chuyện nha.**
	우리 이야기 좀 하자.
안 칸	**Tao với mày không còn gì để nói nữa.**
	나랑 너는 더 이상 할 말이 없어.
니으 이	**Còn, còn...**
	있어, 있어...
	Bà cho tôi nói chuyện thêm một lần nữa thôi.
	한 번만 더 얘기할 기회를 줘.
	Tôi biết là tôi hơi háo thắng.
	나는 승부욕이 좀 많다는 걸 알아.
	Tôi đổ hết lỗi cho bà là tôi sai.
	모두가 네 탓으로 돌린 것도 내 잘못이야.
	Tôi cũng biết là tôi chưa hiểu hết câu chuyện của bà.
	네 사정을 다 이해하지 못했어.
	Tôi xin lỗi.
	미안해.
	Bà phải giúp cho tôi.
	네가 나를 도와줘야 돼.
	Mình phải cùng nhau chung tay lại để nắm lấy cơ hội lần này.
	우리가 함께 이번 기회를 잡아야 해.

Mình không thể nào thua cuộc được nữa.
더 이상 실패할 수는 없어요.

Đi lại đây.
이리로 와.

Nè. Nhìn đi.
이거. 봐봐.

Bà cũng muốn giúp tôi mà.
너도 나를 도와주고 싶잖아.

Bà cũng muốn thoát khỏi cái cảnh này mà.
너도 이 상황에서 벗어나고 싶잖아.

앙 칸   Tao không thể giúp mày được đâu.
나는 너를 도와줄 수 없을 거야.

Nhưng mà, cái này thì được.
하지만, 이건 할 수 있어.

TAKE 27

니으 이의 엄마   Một chiếc áo dài hoàn chỉnh phải qua 5 giai đoạn. Đo, cắt, ráp, luôn vải, kết nút và ủi.
완전한 아오자이가 되기까지는 5단계를 거쳐야 한다. 재기, 재단하기, 조립, 천 꿰매기, 단추 달기, 다리기.

Khâu nào cũng quan trọng hết.
어떤 단계든 다 중요하단다.

Tất cả đều phải có sự phối hợp nhuần nhuyễn, may ra cái áo dài mới đẹp.
모든 것이 물 흐르듯이 잘 맞아야 돼. 그래야 예쁜 아오자이가 만들어질 수 있단다.

Người đo phải tinh ý gia giảm cho phù hợp thể trạng người mặc.
치수를 재는 사람은 입는 사람의 체형에 맞춰서 치수를 가감해야 하고,

Còn người cắt phải ăn ý với người đo.
재단사는 치수를 재는 사람과 뜻이 맞아야 한단다.

Khâu cắt còn gọi là xếp tà
재단하는 단계를 '옷자락 접는 단계'라고 불리기도 한단다.

Áo dài có đẹp hay không còn phụ thuộc vào lúc canh chỉ.
아오자이는 원단 짜임을 얼마나 잘 맞추냐에 따라 예쁘게 나올 수 있고.

Nhất là canh bốn tà trước sau.
특히 앞 뒤 네 자락의 짜임을 맞추는 게 중요해.

Kế đến là cắt khâu viền cổ, viền tà, viền tay.
다음으로는 옷깃, 옷자락, 소매 솔기를 재단할 차례란다.

Đường viền phải nhuyễn áo dài mới đẹp.
솔기가 얇아야 아오자이가 예쁘게 나올 수 있어.

Thợ cắt phải canh sao cho đúng thì tà mới úp mông, không bị dạt tà.
재단사가 (치수를) 정확히 재야 해. 그래야 엉덩이가 딱 가려지고, 옷자락이 갈라지지 않아.

Cắt xong rập nào phải ủi ngay rập đó cho thẳng nếp.
라인이 살 수 있도록 패턴은 뜨자마자 바로 다려야 해.

Lúc ráp, áo sẽ thẳng thớm hơn.
(그래야지) 조립할 때 옷이 더 팽팽해진다.

Khâu luôn vải, kết nút.
옷단을 만들고 단추를 꿰매는 단계

Đây là khâu tuy dễ mà khó.
이것은 쉬워 보이지만 어렵단다.

Nút muốn kết cho đẹp thì sợi chỉ phải trải đều, không được dồn cục.
단추를 예쁘게 꿰매기 위해서는 실밥이 균일하게 뻗어있어야 해. 뭉치면 안 된단다.

Chiếc áo may ra mới sắc sảo được.
그래야 옷이 섬세하게 만들어질 수 있어.

| 니으 이 | Tôi lấy cảm hứng từ những viên gạch bông trong nhà của má. |

엄마 집에 있던 꽃무늬 타일에서부터 영감을 얻었습니다.

Căn nhà mà tôi đã lớn lên.
제가 자란 그집이요.

Kết hợp cùng với những dải màu neon trong những lần đi chơi với Tuấn.
Tuấn(뚜엉)과 같이 놀러갈 때 봤던 네온 컬러 스트립과 결합해서

Đan xen giữa 1969 và 2017, cũng là hành trình yêu áo dài của tôi.
1969년과 2017년도의 결합. 제가 아오자이를 사랑하게 되는 과정이기도 하죠.

| 짱 응오의 직원 | Trời ơi, mẫu thiết kế nào cũng đẹp hết trơn. |

어머, 디자인이 다 예쁘네.

Trang Ngô chắc sẽ khó chọn lựa lắm đây.
Trang Ngô(짱 응오)가 쉽게 고를 수 없겠어.

| 탄 로앙 | Đáng để chờ đợi đấy. |

기대할 만하네요.

Helen.
헬렌.

Con nhớ phải đặc biệt giới thiệu Như Ý là nhà thiết kế chính trong bộ sưu tập này nghe con.
너는 Như Ý(니으 이)가 이번 컬렉션의 메인디자이너라고 꼭 소개해야 돼.

| 헬렌 | Dạ mẹ. |

네, 엄마

MC	À, dạ chào chị. 아, 안녕하세요.
헬렌	Cho tôi xem lại kịch bản lần cuối. 마지막으로 시나리오 한 번 보여주세요.
	Đổi Như Ý thành Team Thiết Kế Helen. Như Ý(니으 이) 이름을 헬렌 디자인팀으로 바꿔요.
	Cám ơn. 감사해요.
뚜엉	Helen. Tại sao chị lại làm như vậy? 헬렌. 왜 그렇게 했어?
헬렌	Tại sao không? 왜 못 하는데?
뚜엉	Bộ sưu tập, tất cả là của Như Ý, 이 컬렉션 모든 게 다 Như Ý(니으 이)의 것인데.
	Chị không có quyền cướp nó đi. 누나가 그것을 빼앗을 권한은 없어.
헬렌	Cướp? 빼앗다?
	Mày coi lại từ ngữ của mày đi. 네가 한 말을 다시 봐봐.
	Mày nên nhớ, Như Ý là nhân viên của chị. 잊지 말아, Như Ý(니으 이)는 내 직원이야.
	Bộ sưu tập của nó cũng là tài sản của nhà Helen. 그 컬렉션도 헬린의 재산이야.
뚜엉	Chị nói vậy mà nghe được hả? 이게 말이 돼?
헬렌	Thời gian tâm sự tình xưa nghĩa cũ đã hết rồi. 옛정과 의리에 대해 얘기할 시간이 지났어.
	Bây giờ là lúc nói chuyện kinh doanh. 지금은 비즈니스를 할 때야.
	Mọi thứ đều sòng phẳng. 모든 건 다 공정해.
	Bộ sưu tập thuộc về công ty, Như Ý giữ lại được căn nhà. 컬렉션은 회사의 재산이 되고, Như Ý(니으 이)는 집을 지킬 수 있어.
뚜엉	Chị nghĩ Như Ý làm tất cả chỉ vì căn nhà sao? Như Ý(니으 이)가 집을 위해서만 모든 걸 했다고 생각해?

Cái cô ấy muốn chính là một cơ hội cho nhà Thanh Nữ.

그녀가 원하는 것은 바로 Thanh Nữ(탄 느)를 위한 기회야.

Được xướng tên lên với tất cả niềm tự hào.

자기의 이름이 자랑스럽게 불려지는 거야.

헬렌   Mày cứ đợi đó đi.

기다려.

Khi nào xong hết mọi chuyện, chị với mày sẽ nói về những cái chủ đề cao cả hơn.

모든 게 다 끝나면 (우리) 그때 더 고차원적인 주제에 대해 논해 보자고.

뚜엉   Helen. Chị nhớ lại đi.

헬렌. 다시 생각해봐.

Cái ngày đầu tiên mà chị đứng trên sân khấu và được làm nhà thiết kế chính

누나가 메인디자이너로 무대에 서 있는 첫날

Nó có ý nghĩa như thế nào đối với chị?

그날이 누나한테 어떤 의미였는지 생각해?

Helen. Chị đừng làm trái với lương tâm của mình.

헬렌. 양심에 어긋한 일은 하지 마.

TAKE 29

MC   Thưa quý vị, xin phép được giới thiệu.

여러분, 소개하겠습니다.

Nhà thiết kế chính của chúng ta.

우리의 디자이너

Như Ý.

Như Ý(니으 이).

니으 이   Xin cảm ơn... tất cả quý vị.

여러분... 정말 감사합니다.

Thực sự là... tôi đang cảm thấy rất là hạnh phúc.

사실... 저 지금 아주 행복합니다.

Bởi vì tôi chưa bao giờ nghĩ là mình có thể đứng trên cái sàn diễn thời trang này, và nói về áo dài.

왜냐하면 내가 이 패션쇼 무대에 서서 아오자이에 대해 말하게 될 거라고 상상조차 하지 못했기 때문이에요.

Đối với bản thân tôi, áo dài là một cái gì đó... nó rất là cũ kỹ.

저한테 아오자이는...아주 낡은 것입니다.

Và không thể nào sáng tạo thêm được.

그리고 더 이상 창조해낼 수 없어요.

Nhưng mà má tôi đã chứng minh điều tôi nghĩ là sai.
하지만 제 엄마는 제 생각이 잘못된 것이라고 증명하셨어요.

Khi xã hội phát triển thì những cái gọi là nguồn cội hay gốc rễ...
사회의 발전에 따라 근원 또는 뿌리라고 불리는 것들도...

Nó cũng sẽ năng động mà tiến bộ theo.
그것들도 자연스럽게 따라서 발전하죠.

Áo dài chính là nguồn cội đó.
아오자이는 바로 그 근원입니다.

Khi hiểu được tinh tuý của áo dài,
아오자이의 진가를 깨달았을 때

Tôi đã làm mới nó theo cách riêng của mình.
저는 그것을 저만의 방식으로 새로이 만들어 봤습니다.

Và tôi bắt đầu biết yêu áo dài.
그리고 저는 아오자이를 사랑하기 시작했습니다.

Trong chuyến hành trình đi tìm lại nguồn cội của chiếc áo dài,
아오자이의 근원을 되찾아가는 과정에서

Tôi đã tìm lại được tình cảm gia đình.
저는 가족의 사랑을 되찾았습니다.

Tìm thêm được một tình bạn cùng lứa.
또래 친구도 찾았습니다.

Và điều quan trọng nhất...
그리고 가장 중요한 것은...

Đó là tìm lại chính mình.
자기 자신을 되찾은 것입니다.

Và tôi muốn dành một lời cảm ơn đến cho một người.
그리고 저는 한 사람에게 감사하다는 말을 전하고 싶습니다.

Nếu không có người đó...
그 사람이 없었다면...

Chắc chắn show diễn ngày hôm nay sẽ không thể nào thành công.
오늘의 패션쇼는 절대로 성공하지 못했을 것입니다.

Đó chính là Hellen.
바로 헬렌입니다.

Cảm ơn cô.
고마워요.

Cảm ơn cô vì đã cho tôi cơ hội ngày hôm nay.
오늘의 기회를 줘서 고마워요.

Và một điều nữa mà tôi muốn chia sẻ đến tất cả mọi người.
그리고 여러분께 한 가지를 더 나누고 싶어요.

Đó chính là: tôi đã biết may áo dài rồi!
그것은 바로 저, 이제 아오자이를 만들 수 있어요!

TAKE 30

니으이	Tuấn! Tôi làm được rồi.
	Tuấn(뚜엉)! 나 해냈어.
	Tôi chỉ muốn cảm ơn cậu.
	고맙다는 말을 하고 싶어.
	Cảm ơn vì tất cả những điều mà cậu đã dành cho tôi.
	나를 위해 해준 모든 것, 너무 고마워.
뚜엉	Không có gì.
	아니에요.
헬렌	Chúc mừng cô.
	축하해요.
	Và cũng cảm ơn vì những lời nói mà cô đã dành cho tôi lúc nãy.
	그리고 아까 나한테 해준 말들도 고마워요.
	Tôi luôn muốn sòng phẳng trong mọi thứ.
	나는 항상 모든 일에 공정하고 싶었어요.
	Nhưng có lẽ trong chuyện này thì tôi đã sai.
	하지만 이번에는 내가 틀린 것 같아요.
뚜엉	Bây giờ thì không cần phải lo về căn nhà nữa rồi nha.
	이젠 집 걱정은 안 해도 되겠네요.
니으이	Cảm ơn cô.
	고마워요.
앙 칸	Nè, vải là không có được xộc xệch.
	야, 천은 가지런히 놓지 않으면 안 돼.
	Ừ. Ngay ngắn lên.
	응. 단정하게 놓아.
니으이	Má. Con xin lỗi má.
	엄마, 미안해요.
	Con xin lỗi má nhiều lắm.
	정말 미안해요.
	Má. Con gái má lớn rồi.
	엄마. 엄마 딸은 이제 다 컸어요.
	Con cũng biết được điều gì quan trọng đối với mình và cả gia đình.
	내 자신과 가족 모두에게 뭐가 중요한지 알게 됐어요.

Con hứa với má.
엄마한테 약속해요.

Con sẽ làm tốt vai trò của truyền nhân Thanh Nữ.
Thanh Nữ(탄 느)의 후계자로서 역할 잘 해낼게요.

Đó chính là may áo dài thiệt là tốt.
그것은 바로 아오자이를 정말 잘 만드는 거예요.

니으 이의 엄마   Như Ý của má.
엄마의 Như Ý(니으 이).

니으 이   Con may đó má.
제가 만든 거예요.

니으 이의 엄마   Con may?
네가?

Chít ben đúng eo. Tà ốp không dạt...
알마즌 버스트 다트. 갈라지지 않는 옷자락...

Con may hả?
네가 만든 거야?

Sao con may được?
어떻게 할 줄 안 거야?

니으 이   Đó là điều bí mật.
비밀이에요.

Con có một điều bí mật nữa muốn dành cho má.
그리고 엄마에게 말하지 못한 비밀이 하나 더 있어요.

니으 이의 엄마   Dành cho má?
나한테?

니으 이   Hết xẩy! Hết xẩy con bà bảy luôn má!
아싸! 최고예요, 엄마!

Má. Nói gì thì nói chứ... cũng phải cho con mở một tiệm may Âu Phục nha má.
엄마. 근데... 양복 가게를 열어 주세요. 엄마.

니으 이의 엄마   Quên đi tám.
잊어버려.

탄 느 가게의   Vải này đẹp. In đẹp.
20대째 후계자   이 천 예뻐. 프린트가 예뻐.

Cái này cắt cườm nhuyễn hơn cho chị nha.
이거는 비즈를 더 작게 해줘.

Ô là la! Hết rồi.
울랄라! 끝.

MEMO

MEMO

• 이 책은 [영화로 배우는 베트남어_디자이너] 영상을 기반으로 제작되었습니다.

송유리 · 시원스쿨베트남어연구소

영화로 배우는
베트남어

S 시원스쿨닷컴

영화로 배우는 베트남어
디자이너

초판 1쇄 발행 2023년 1월 16일

지은이 송유리 · 시원스쿨베트남어연구소
펴낸곳 (주)에스제이더블유인터내셔널
펴낸이 양홍걸 이시원

홈페이지 vietnam.siwonschool.com
주소 서울시 영등포구 국회대로74길 12
교재 구입 문의 02)2014-8151
고객센터 02)6409-0878

ISBN 979-11-6150-459-9
Number 1-420501-16161600-04